LET US LEARN GURMUKHI

ਆਓ ਗੁਰਮੁਖੀ ਪੜ੍ਹੀਏ

[AN EASY PRIMER FOR GURMUKHI LEARNING]

BOOK I

PAIṄṬI AKHRI & WORD BUILDING

ਪੈਂਤੀ ਅੱਖਰੀ ਅਤੇ ਸ਼ਬਦ ਜੋੜ

Compiled by
SHAMSHER SINGH PURI

Singh Brothers
Amritsar

LET US LEARN GURMUKHI – BOOK I

[An Easy Primer for Gurmukhi Learning]

Compiled by

SHAMSHER SINGH PURI

President

ACADEMY OF SIKH STUDIES INC.
5235 STERLING TRACE CT.
LILBURN, GA. 30047

ISBN 81-7205-300-2

First Edition : January 2004

Price : Rs. 95-00

Publishers :

Singh Brothers

•

Bazar Mai Sewan, Amritsar - 143 006

•

S.C.O. 223-24, City Centre, Amritsar - 143 001

E-mail : singhbro@vsnl.com

Website : www.singhbrothers.com

Printers :

PRINTWELL, 146, INDUSTRIAL FOCAL POINT, AMRITSAR.

Contents

Key to Punjabi Pronunciation

There are a number of sounds that are different in English and Punjabi or are totally absent in English. To help you pronounce the sounds based on your knowledge of English, the following phonetic system is employed in this series of books. (The comparable English sounds are supposed to be produced by the native English speakers, not by speakers of English as a second language.) This is not a standardized system yet. The best way to learn the pronunciation is to ask a native speaker of the language to model the sounds for you.

a	in middle of a word	=	'u' in 'cup'
aa	in middle of a word	=	'a' in 'ball'
ai	written above the word	=	'a' in 'flat'
au	written above the word	=	'o' in 'mom'
e	written above the word	=	'ay' in 'say'
i	in middle and before a word	=	'i' in 'sick'
ee	in middle and after a word	=	'ee' in 'speech'
oo	written below the word	=	'oo' in 'moon'
u	in middle of a word	=	'u' in 'put'
bh		=	'bh' in 'bhaṅgṛa'
ch (non aspirated)		=	'ch' in 'patch'
chh (aspirated)		=	ch in 'choke' (hard sound)
ḍ	with a dot at the bottom	=	'th' in 'the'
ḍh		=	ṭ + ḍ
jh		=	ch + j
ṇ	with a dot at the bottom	=	retroflex 'n'
ṛ		=	retroflex 'r'
t		=	't' in 'sit' (soft sound)
ṭ	with a dot at the bottom	=	similar to 'th' in 'think' (said very soft and without aspiration)
th	(aspirated)	=	'th' in 'thought'
ṭh	(aspirated t)	=	similar to 't' in 'Tom'

Nasal Sounds

ṅ (˚)	=	as 'n' in 'sing'
ṅ (⁼)	=	as 'n' in 'bank'

Introduction

To save the most precious wealth of our nation, we must teach our children, our ancestral language and language of our holy scripture, *Guru Granth Sahib*.

Punjabi is an ancient language of Indo-Pakistan sub-continent of Punjab and is spoken by all living in that area no matter what their ethno religious affiliations. In Indian Punjab it is written in Gurmukhi script, while the speakers of Pakistani Punjab prefer to scribe it in Persian script. Nowadays some Punjabis settled in western countries use Roman script for Punjabi language too for their convenience. But it is an established fact that Gurmukhi is linguistically the most scientific and suitable script for scribing the Punjabi language. Guru Angad Dev Ji, second Guru of the Sikhs introduced Gurmukhi script and our holy scripture *Guru Granth Sahib*, though comprising of many languages, is written in Gurmukhi script.

By teaching our children Gurmukhi we will enable them to read *Guru Granth Sahib* and other literature about Sikh theology and our (Sikh) faith. By doing so we will give them the greatest gift—THEIR HERITAGE. Since Punjabi in Gurmukhi script is the language of our holy scripture, it is essential that our children know this.

The need for teaching Gurmukhi to Sikh children is being realized and modest efforts are being made by concerned parents and community leaders to start the process by organizing Sunday schools in Gurdwaras with the help of volunteer teachers. To do so we are bringing books and other material from India, themes and contents of which are neither suitable nor appealing to children born and brought up in this part of the world (USA and Canada). Efforts of volunteer teachers who devote their precious time to teach are appreciable but forty minutes to one hour classes once a week are not enough. It is suggested that Gurdwara Management Committees and volunteer teachers should plan to have at least two to three hour classes once a week, where children may be able to mingle and learn the language. We must keep in mind that typically language is best learnt in its own environment, where it is the medium of everyday speech and is difficult to learn it outside its natural venue.

We, here at Academy of Sikh Studies Inc. with Satguru's blessings and ability and strength given by HIM to all those who worked on this project have compiled a Punjabi Primer, which I hope will serve the purpose. This has been divided in four parts beginning from alphabet *(Painti Akhri)* and ending with reading practices which will enable the learner to read our religious literature in Gurmukhi script.

My special thanks to Dr. Gurinderpal Singh and Sardarni Pushpinder Kaur for their guidance and allowing us to use graphics and material produced by them. I am grateful to Dr. Gurvinder Singh Rekhi, Kamaljeet Rekhi and S. Rajinder Singh Dhada for reviewing the whole work and their suggestions for its improvements.

My sincere thanks to S. Amrik Singh Bhandari, S. Rajpal Singh Kochhar of New Delhi and S. Manmohan Singh Puri of North Carolina and all others whose financial support made this publication possible.

S. Gursagar Singh and S. Kuljeet Singh Ji of Singh Brothers, Amritsar deserve special mention for the hard work they have put in to print and publish this work.

Shamsher Singh Puri
President
Academy of Sikh Studies Inc.
5235 Sterling Trace Ct.
Lilburn, GA. 30047

ਪੈਂਤੀ ਅੱਖਰੀ ਪੰਜਾਬੀ ਅੱਖਰ

Gurmukhi Letters

Gurmukhi script is based upon thirty-five letters. These letters were given the present form in the time of second Sikh Guru, Guru Angad Dev Ji. In the initial introduction of the language, the letter sounds must be learned. There are five extra letters at the end which express the modified sounds as well. They are normally included in the first list of **Paiṅṭi Akhri**.

ੳ	ਅ	ੲ	ਸ	ਹ
ਊੜਾ	ਐੜਾ	ਈੜੀ	ਸੱਸਾ	ਹਾਹਾ
OOṚA (o,u)	AIṚA (a,y)	EEṚI (e)	SASSA (s)	HAAHA (h)
ਕ	ਖ	ਗ	ਘ	ਙ
ਕੱਕਾ	ਖੱਖਾ	ਗੱਗਾ	ਘੱਗਾ	ਙੰਙਾ
KAKKA (k.q)	KHAKHKHA (kh)	GAGGA (g)	GHAGGA (gh)	NGANGA (ng)
ਚ	ਛ	ਜ	ਝ	ਞ
ਚੱਚਾ	ਛੱਛਾ	ਜੱਜਾ	ਝੱਜਾ	ਞੰਞਾ
CHACHCHA (ch)	CHHACHHCHHA (chh)	JAJJA (j)	JHAJJA (jh+j)	YANJA (nj)
ਟ	ਠ	ਡ	ਢ	ਣ
ਟੈਂਕਾ	ਠੱਠਾ	ਡੱਡਾ	ਢੱਡਾ	ਣਾਣਾ
TAIṄKA (t)	THATHTHA (th)	DADDA (d)	DHADDA (dh)	ṆAAHṆA (ṇ)
ਤ	ਥ	ਦ	ਧ	ਨ
ਤੱਤਾ	ਥੱਥਾ	ਦੱਦਾ	ਧੱਦਾ	ਨੰਨਾ
ṬAṬṬA (ṭ)	ṬHAṬHṬHA (ṭh)	ḌAḌḌA (ḍ)	ḌHAḌḌA (ḍh)	NAṄNA (n)

ਪ	ਫ	ਬ	ਭ	ਮ
ਪੱਪਾ	ਫੱਫਾ	ਬੱਬਾ	ਭੱਬਾ	ਮੰਮਾ
PAPPA (p)	PHAPHPHA (ph)	BABBA (b)	BHABBA (bh)	MAMMA (m)
ਯ	ਰ	ਲ	ਵ	ੜ
ਯਯਾ	ਰਾਰਾ	ਲੱਲਾ	ਵੱਵਾ	ੜਾੜਾ
YAYA (y)	RAARA (r)	LALLA (l)	VAVVA (v/w)	ṚAAHṚA (ṛ)
ਸ਼	ਖ਼	ਗ਼	ਜ਼	ਫ਼
ਸ਼ੱਸ਼ਾ	ਖ਼ੱਖ਼ਾ	ਗ਼ੱਗ਼ਾ	ਜ਼ੱਜ਼ਾ	ਫ਼ੱਫ਼ਾ
SHASHSHA (sh)	KHAKHKHA (kh)	GHAGHGHA (gh)	ZAZZA (za)	FAFFA (f)

EXERCISE :

1. Master the sounds of the five letters in each row.
2. Associate the sounds with the letters.

ੳ ੳ

ੳ ਉੜਾ

Oora

1 2 3 4
ੳ ੳ ੳ ੳ

ਉੱ੩

Ulloo   Owl

ੳ ੳ ੳ ੳ ੳ ੳ ੳ ੳ ੳ ੳ ੳ

੩ ੩ ੩

ਅ ਐੜਾ

Aiṛa

1 ਅ 2 ਅ 3 ਅ 4 ਅ

ਅੱਖ

Akkh Eye

ਅ ਅ ਅ ਅ ਅ ਅ ਅ ਅ ਅ ਅ

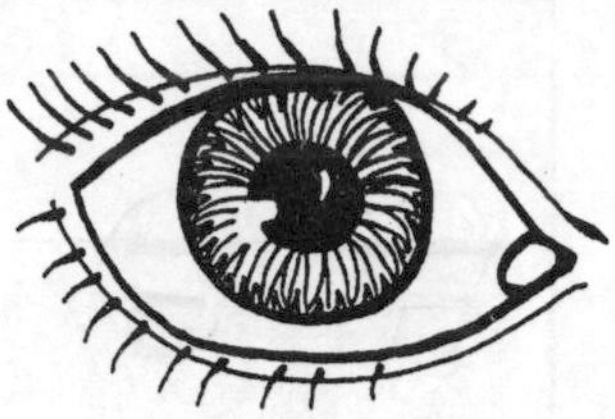

ੲ ਈੜੀ

Eeṛi

1 2 3 4

ੲ ੲ ੲ ੲ

ਇੱਲ

Ill Kite

ੲ ੲ ੲ ੲ ੲ ੲ ੲ ੲ ੲ ੲ

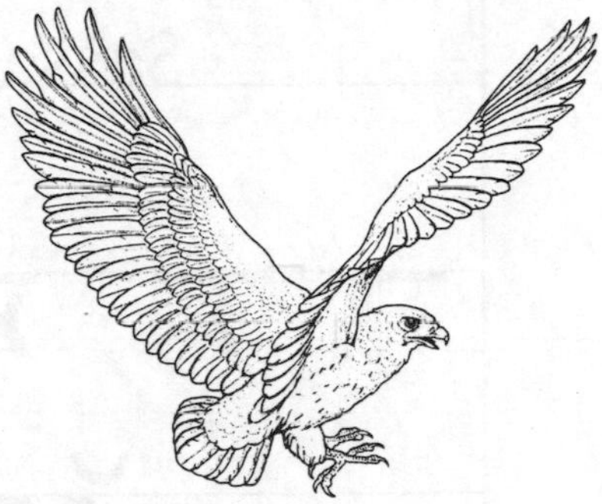

ਸ ਸੱਸਾ

Sassa

1	2	3	4
ਸ	ਸ	ਸ	ਸ

ਸੱਪ

Sapp   Snake

ਸ ਸ ਸ ਸ ਸ ਸ ਸ ਸ ਸ ਸ

ਹ ਹਾਹਾ

Haaha

1 ਹ 2 ਹ 3 ਹ 4 ਹ

ਹੰਸ

Hans Swan

ਹ ਹ ਹ ਹ ਹ ਹ ਹ ਹ ਹ ਹ

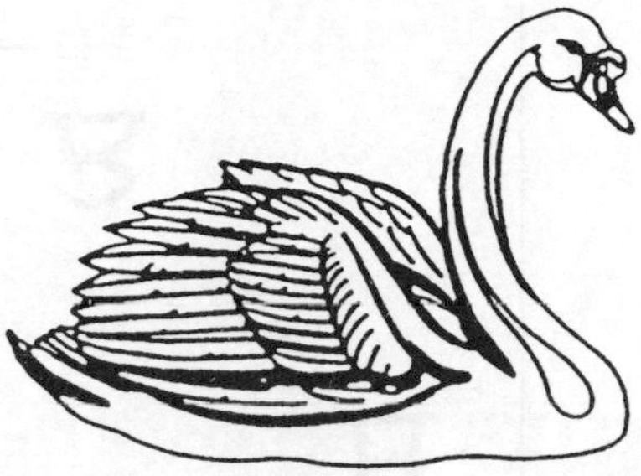

ੳ ਅ

ੲ

ਸ ਹ

ੳ ਅ ੲ ਸ ਹ

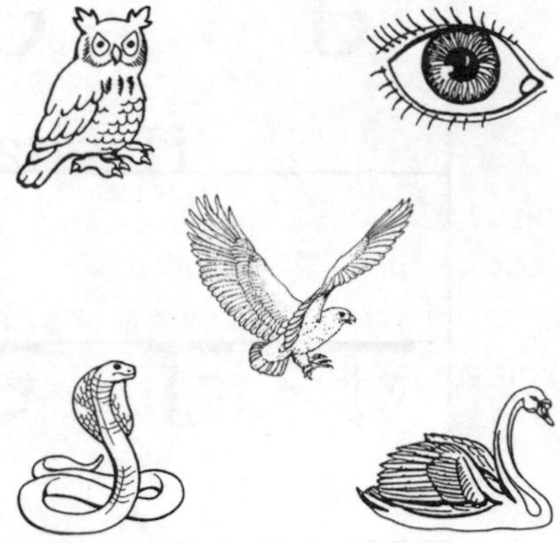

ਕ ਕੱਕਾ

Kakka

1 ਕ 2 ਕ 3 ਕ 4 ਕ

ਕਾਂ

Kaaṅ Crow

ਕ ਕ ਕ ਕ ਕ ਕ ਕ ਕ ਕ ਕ

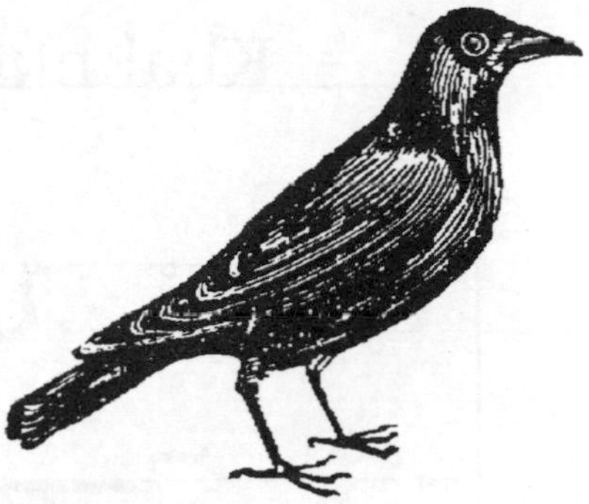

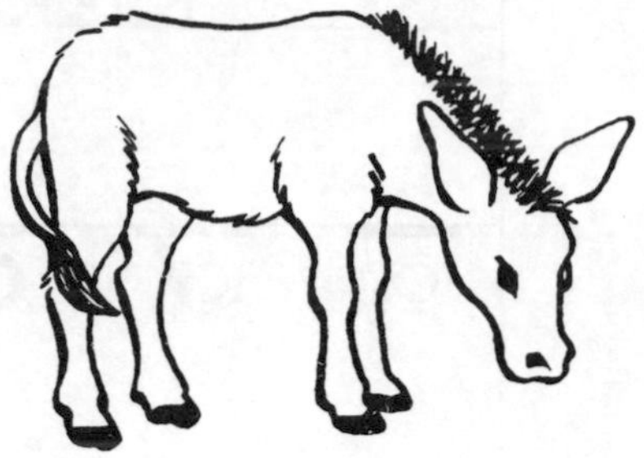

ਖ ਖੱਖਾ

Khakhkha

1 2 3 4

ਖ ਖ ਖ ਖ

ਖੋਤਾ

Khoṭa Donkey

ਖ ਖ ਖ ਖ ਖ ਖ ਖ ਖ ਖ ਖ

ਗ ਗੱਗਾ

Gagga

1 ਗ 2 ਗ 3 ਗ 4 ਗ

ਗਾਂ

Gaań Cow

ਗ ਗ ਗ ਗ ਗ ਗ ਗ ਗ ਗ ਗ

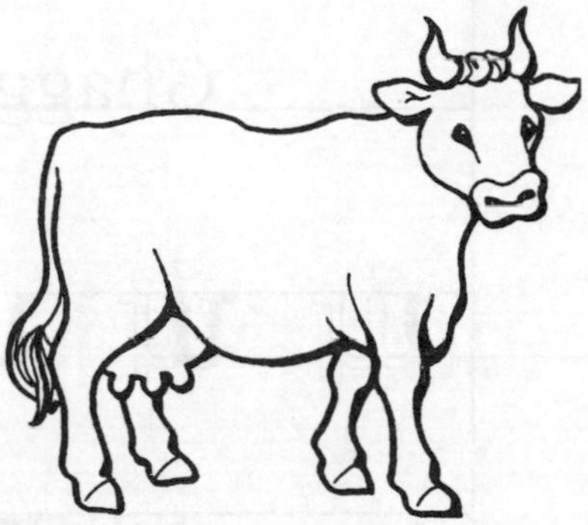

ਘ ਘੱਗਾ

Ghagga

1 ਘ 2 ਘ 3 ਘ 4 ਘ

ਘਰ

Ghar House

ਘ ਘ ਘ ਘ ਘ ਘ ਘ ਘ ਘ ਘ

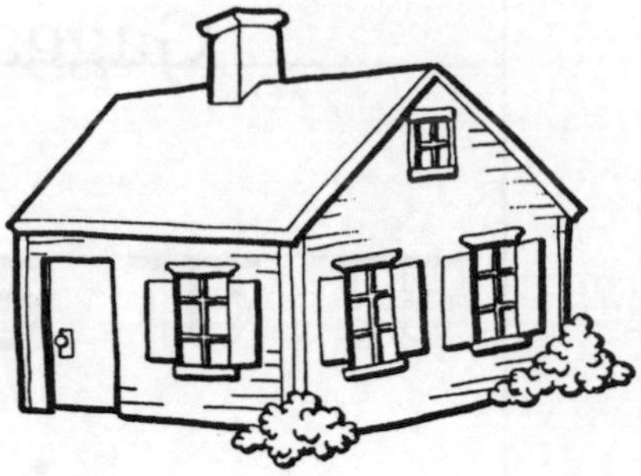

ৼ

ৼ   ৼঁৼা

Nganga

1	2	3	4
ৼ	ৼ	ৼ	ৼ

No word begins with this letter

ਙ

ਕ ਖ

ਗ

ਘ ਙ

ਕ ਖ ਗ ਘ ਙ

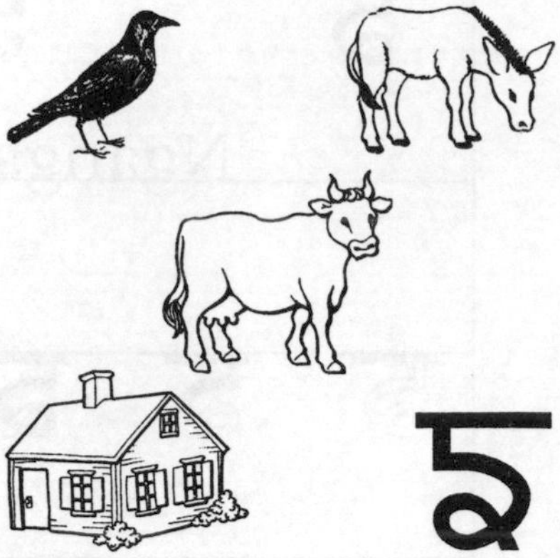

ਚ ਚੱਚਾ

Chachcha

$\overset{1}{\text{ਚ}}$ $\overset{2}{\text{ਚ}}$ $\overset{3}{\text{ਚ}}$ $\overset{4}{\text{ਚ}}$

ਚੂਹਾ

Chooha   Mouse

ਚ ਚ ਚ ਚ ਚ ਚ ਚ ਚ ਚ ਚ

ਛ ਛੱਛਾ

Chhachhchha

1 2 3 4

ਛ ਛ ਛ ਛ

ਛਤਰੀ

Chhaṭri Umbrella

ਛ ਛ ਛ ਛ ਛ ਛ ਛ ਛ ਛ ਛ

ਜ ਜੱਜਾ

Jajja

1 2 3 4

ਜ ਜ ਜ ਜ

ਜਿਰਾਫ਼

Giraffe

ਜ ਜ ਜ ਜ ਜ ਜ ਜ ਜ ਜ ਜ

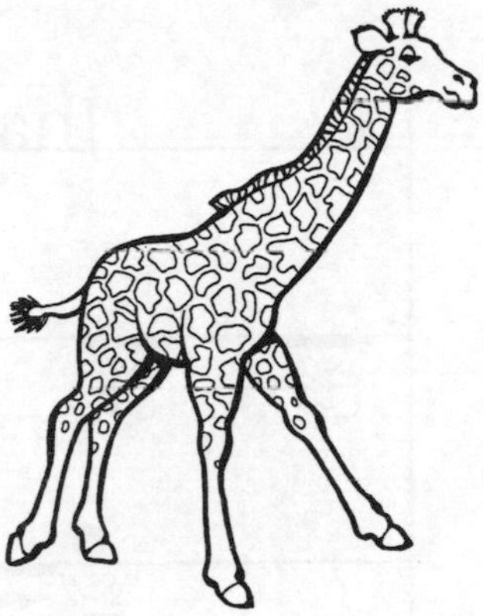

ਝ ਝੱਜਾ

Jhajja

1 ਝ 2 ਝ 3 ਝ 4 ਝ

ਝੰਡਾ

Jhańda Flag

ਝ ਝ ਝ ਝ ਝ ਝ ਝ ਝ ਝ ਝ

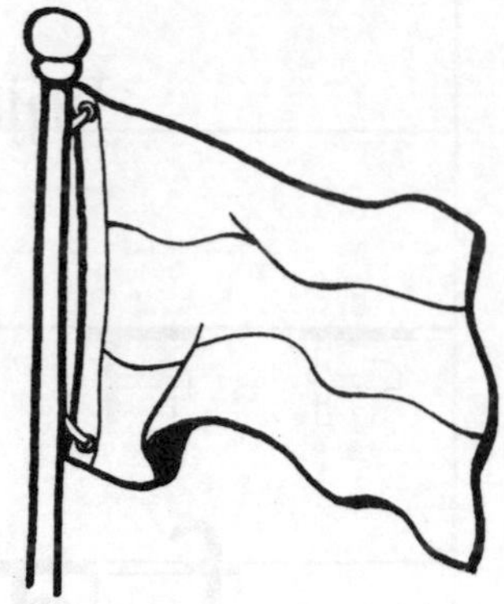

ਞ

ਞ ਞੰਞਾ

Yanja

1 ਞ 2 ਞ 3 ਞ 4 ਞ

No word begins with this letter

ਞ ਞ ਞ ਞ ਞ ਞ ਞ ਞ ਞ ਞ

ਞ

ਚ ਛ

ਜ

ਝ ਞ

ਚ ਛ ਜ ਝ ਞ

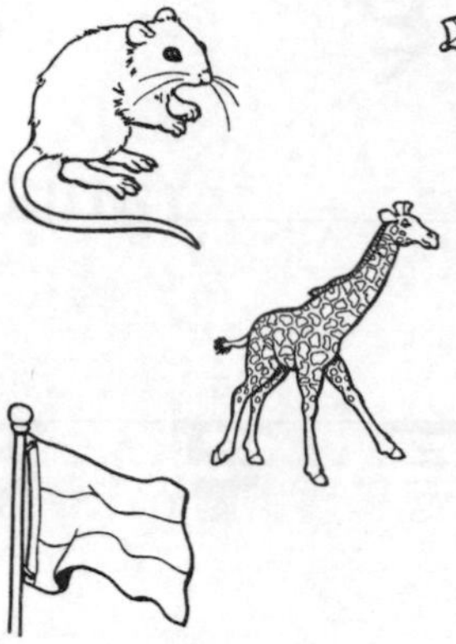

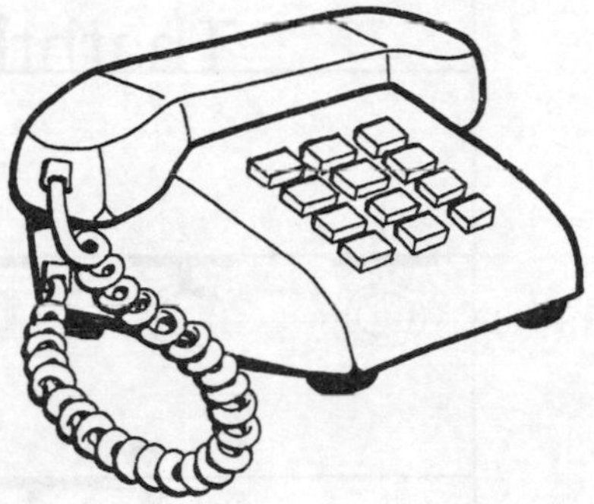

ਟ ਟੈਂਕਾ

Taiṅka

1 ਟ 2 ਟ 3 ਟ 4 ਟ

ਟੈਲੀਫੋਨ

Telephone

ਟ ਟ ਟ ਟ ਟ ਟ ਟ ਟ ਟ ਟ

ਠ ਠੱਠਾ

Thaththa

1 2 3 4

ਠ ਠ ਠ ਠ

ਠੂਹਾਂ

Thoohaṅ Scorpion

ਠ ਠ ਠ ਠ ਠ ਠ ਠ ਠ ਠ ਠ

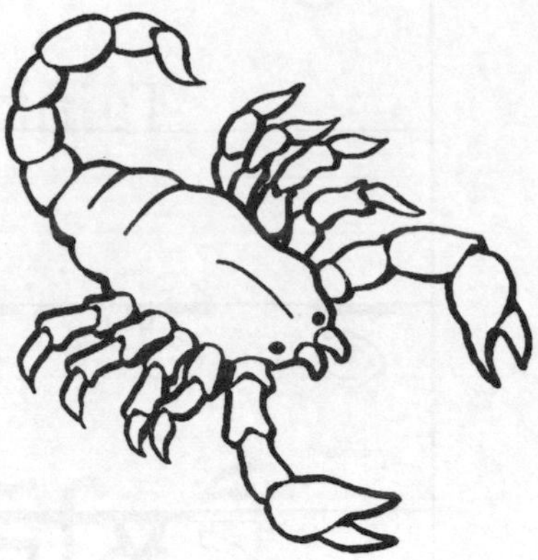

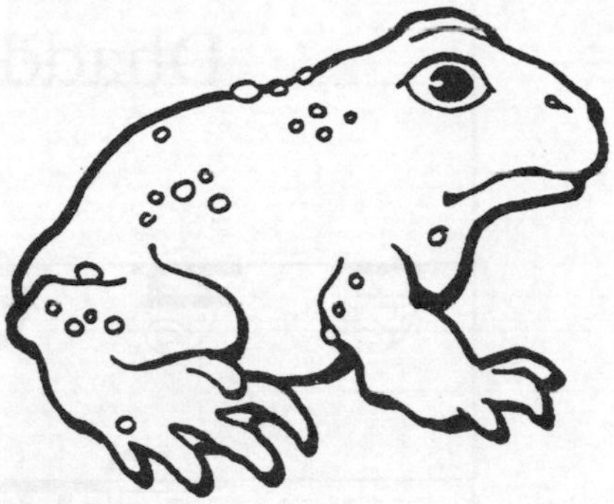

ਡ　ਡੱਡਾ

Dadda

1	2	3	4
ਡ	ਡ	ਡ	ਡ

ਡੱਡੂ

Daddoo　　Frog

ਡ　ਡ　ਡ　ਡ　ਡ　ਡ　ਡ　ਡ　ਡ　ਡ　ਡ

ਢ ਢੱਡਾ

Dhadda

1 2 3 4

ਢ ਢ ਢ ਢ

ਢੋਲ

Dhol Drum

ਢ ਢ ਢ ਢ ਢ ਢ ਢ ਢ ਢ ਢ

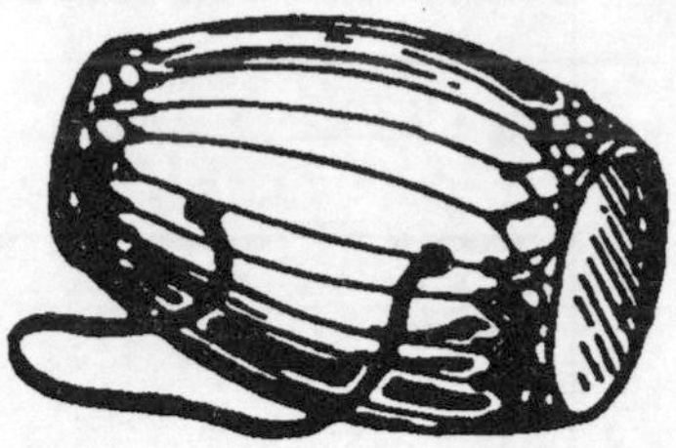

ਣ

ਣ ਣਾਣਾ

Ṇaahṇa

1 2 3 4

ਣ ਣ ਣ ਣ

No word begins with this letter

ਣ ਣ ਣ ਣ ਣ ਣ ਣ ਣ ਣ ਣ

ਣ

ਟ ਠ

ਡ

ਢ ਣ

ਟ ਠ ਡ ਢ ਣ

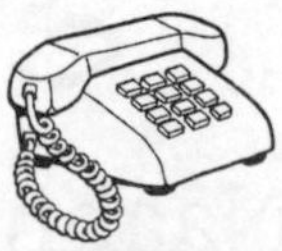

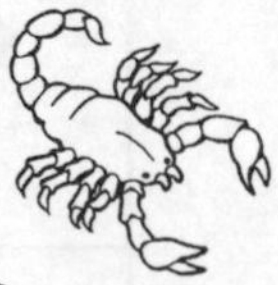

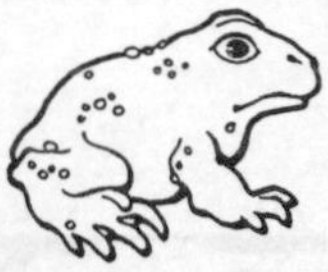

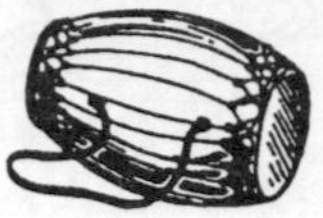

ਤ ਤੱਤਾ

Ṭaṭṭa

1 2 3 4

ਤ ਤ ਤ ਤ

ਤੋਤਾ

Ṭoṭa Parrot

ਤ ਤ ਤ ਤ ਤ ਤ ਤ ਤ ਤ ਤ

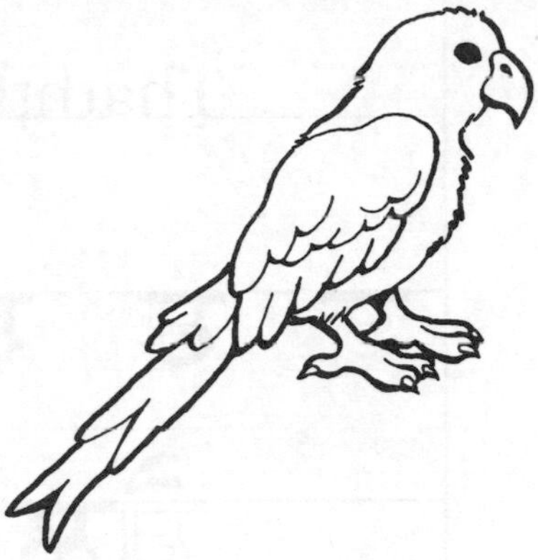

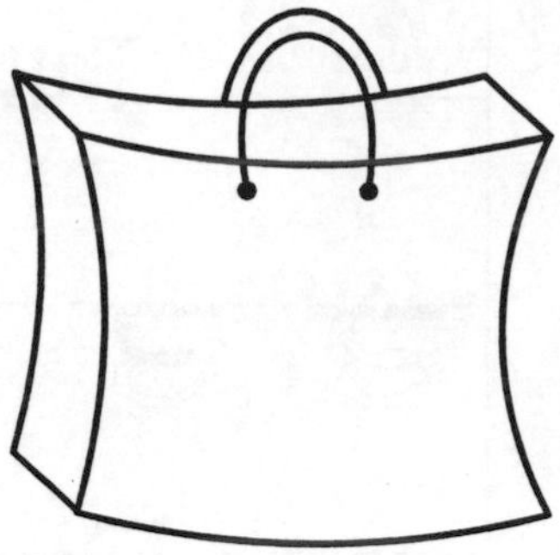

ਥ ਥੱਥਾ

Thaṭhṭha

1 ਥ 2 ਥ 3 ਥ 4 ਥ

ਥੈਲਾ

Ṭhaila Bag

ਥ ਥ ਥ ਥ ਥ ਥ ਥ ਥ ਥ ਥ

ਦ ਦੱਦਾ

Ḍaḍḍa

1 2 3 4

ਦ ਦ ਦ ਦ

ਦੰਦ

Ḍanḍ Teeth

ਦ ਦ ਦ ਦ ਦ ਦ ਦ ਦ ਦ ਦ

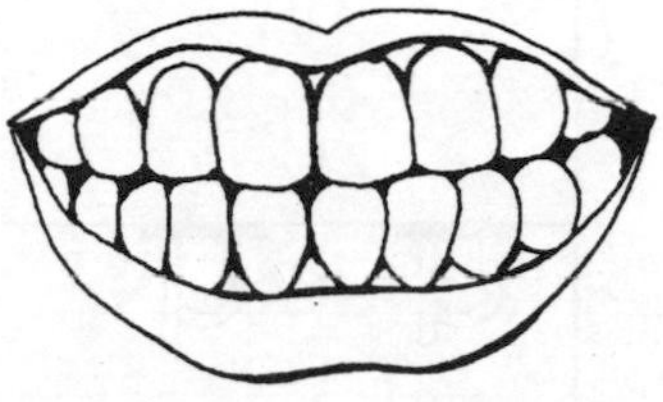

ਧ ਧੱਦਾ

Ḍhaḍḍa

1 ਧ 2 ਧ 3 ਧ 4 ਧ

ਧੌਣ

Ḍhauṇ Neck

ਧ ਧ ਧ ਧ ਧ ਧ ਧ ਧ ਧ ਧ

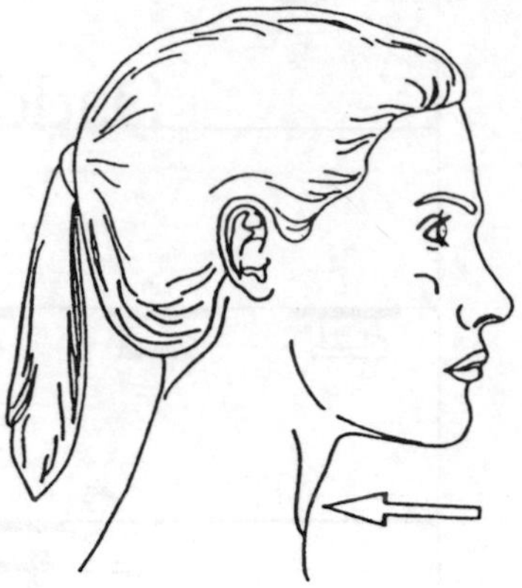

ਨ ਨੰਨਾ

Naṅna

1 2 3 4

ਨ ਨ ਨ ਨ

ਨੱਕ

Nakk Nose

ਨ ਨ ਨ ਨ ਨ ਨ ਨ ਨ ਨ ਨ

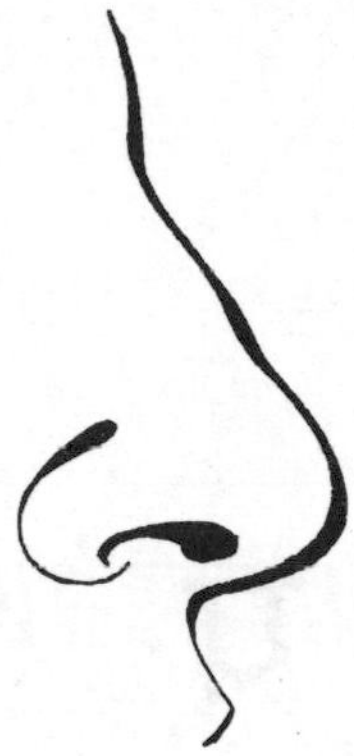

ਤ ਥ

ਦ

ਧ ਨ

ਤ ਥ ਦ ਧ ਨ

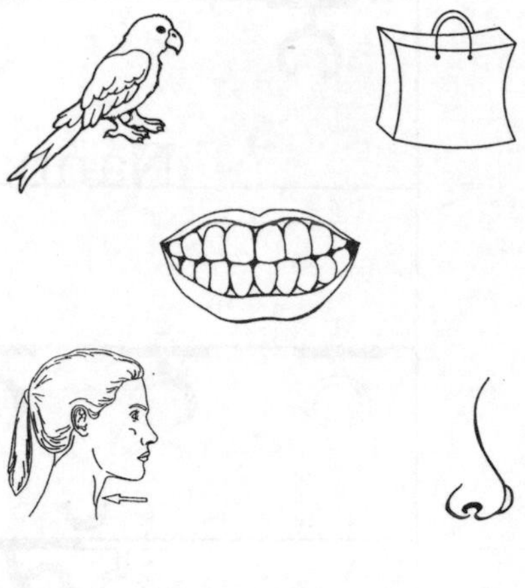

ਪ ਪੱਪਾ

Pappa

1 ਪ 2 ਪ 3 ਪ 4 ਪ

ਪੈਰ

Pair Foot

ਪ ਪ ਪ ਪ ਪ ਪ ਪ ਪ ਪ ਪ

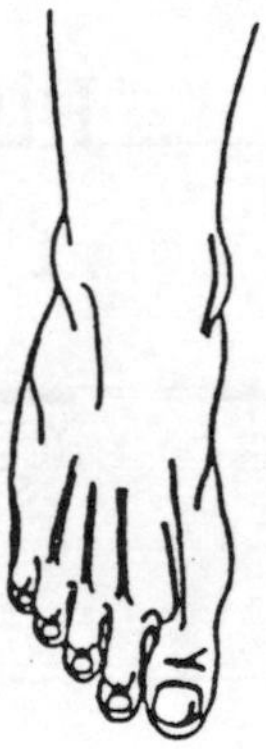

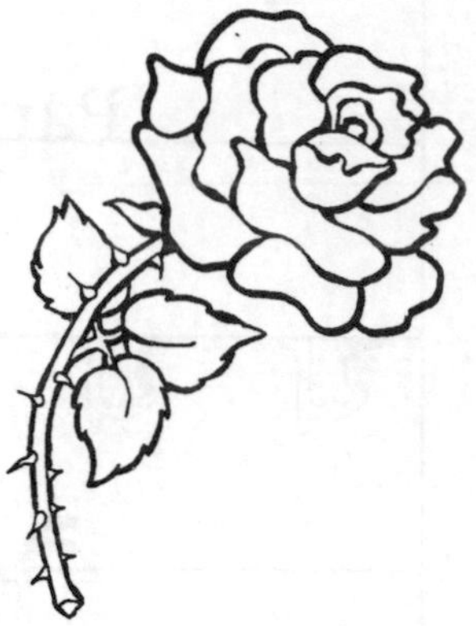

ਫ ਫੱਫਾ

Phaphpha

1 ਫ 2 ਫ 3 ਫ 4 ਫ

ਫੁੱਲ

Phull Flower

ਫ ਫ ਫ ਫ ਫ ਫ ਫ ਫ ਫ ਫ

ਬ ਬੱਬਾ

Babba

1 ਬ 2 ਬ 3 ਬ 4 ਬ

ਬਤਖ਼

Baṭakh Duck

ਬ ਬ ਬ ਬ ਬ ਬ ਬ ਬ ਬ ਬ

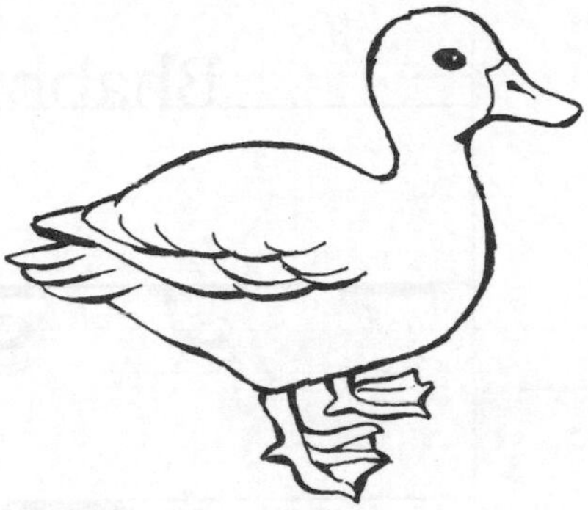

ਭ ਭੱਬਾ

Bhabba

1	2	3	4
ਭ	ਭ	ਭ	ਭ

ਭਾਲੂ

Bhaaloo   Bear

ਭ ਭ ਭ ਭ ਭ ਭ ਭ ਭ ਭ ਭ

ਮ ਮੰਮਾ

Mamma

¹ਮ   ²ਮ   ³ਮ   ⁴ਮ

ਮੋਰ

Mor   Peacock

ਮ ਮ ਮ ਮ ਮ ਮ ਮ ਮ ਮ ਮ

ਪ ਫ

ਬ

ਭ ਮ

ਪ ਫ ਬ ਭ ਮ

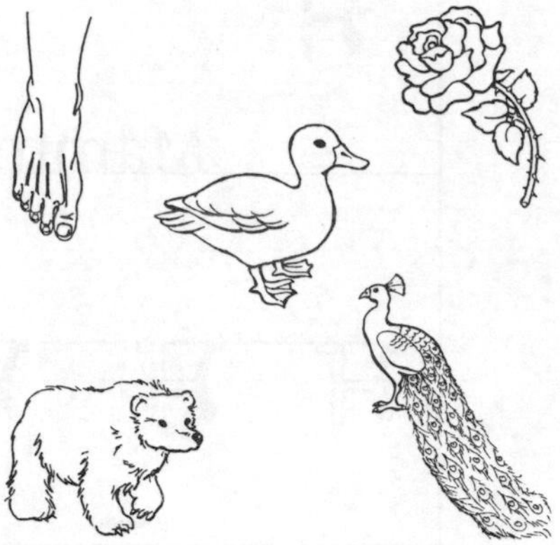

ਯ ਯਯਾ

Yaya

1 2 3 4

ਯ ਯ ਯ ਯ

ਯੱਕਾ

Yakka Horsecart

ਯ ਯ ਯ ਯ ਯ ਯ ਯ ਯ ਯ ਯ

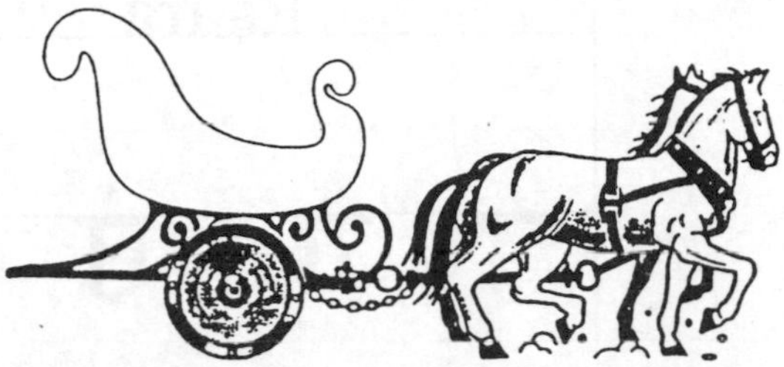

ਰ ਰਾਰਾ

Raara

¹ਰ ²ਰ ³ਰ ⁴ਰ

ਰੇਹੜੀ

Rehṛi   Wheelchair

ਰ ਰ ਰ ਰ ਰ ਰ ਰ ਰ ਰ ਰ

ਲ ਲੱਲਾ

Lalla

1 2 3 4

ਲ ਲ ਲ ਲ

ਲੱਤ

Latt Leg

ਲ ਲ ਲ ਲ ਲ ਲ ਲ ਲ ਲ ਲ

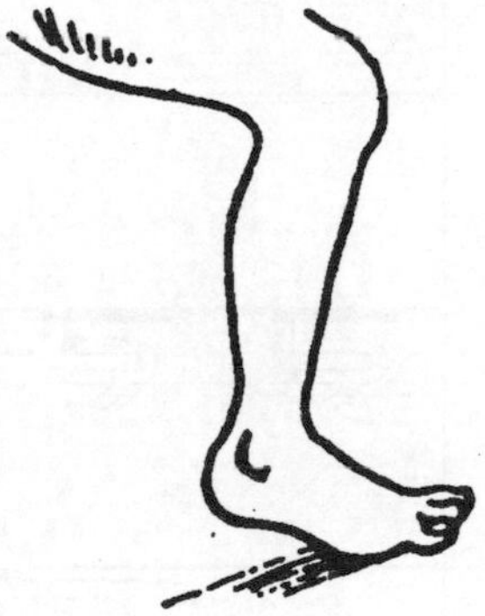

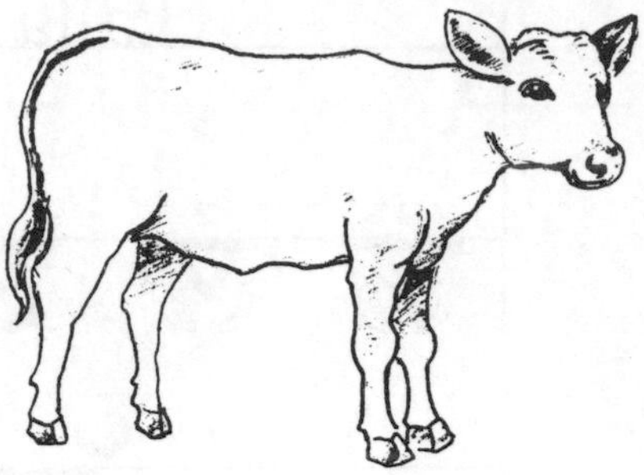

ਵ ਵੱਵਾ

Vavva

1 2 3 4

ਵ ਵ ਵ ਵ

ਵੱਛਾ

Vachchha Calf

ਵ ਵ ਵ ਵ ਵ ਵ ਵ ਵ ਵ ਵ

ੜ

ੜ ੜਾੜਾ

Ṛaahṛa

1 2 3 4

ੜ ੜ ੜ ੜ

No word begins with this letter

ੜ ੜ ੜ ੜ ੜ ੜ ੜ ੜ ੜ ੜ

ੜ

ਯ ਰ

ਲ

ਵ ੜ

ਯ ਰ ਲ ਵ ੜ

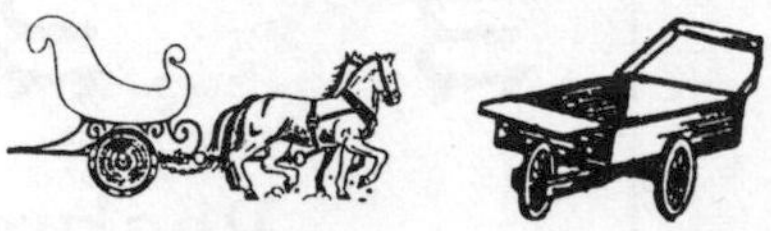

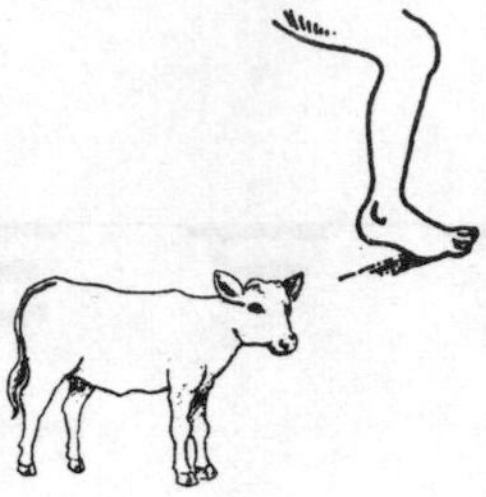

ਸ਼.	ਸ਼ੱਸ਼ਾ
	Shashsha

1	2	3	4
ਸ਼	ਸ਼	ਸ਼	ਸ਼

ਸ਼ੇਰ

Sher   Lion

ਸ਼ ਸ਼ ਸ਼ ਸ਼ ਸ਼ ਸ਼ ਸ਼ ਸ਼ ਸ਼ ਸ਼

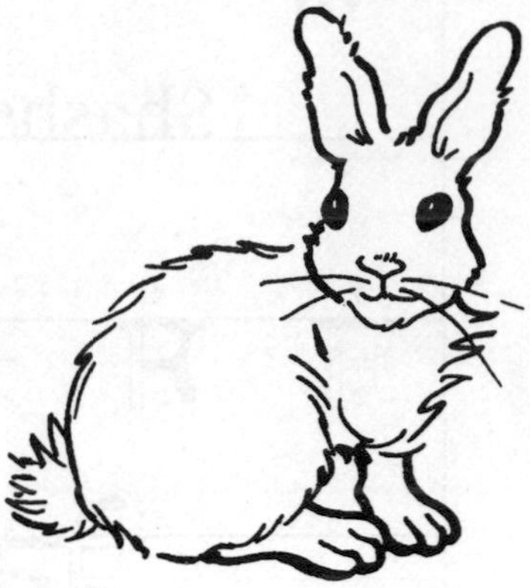

ਖ਼ ਖ਼ੱਖ਼ਾ

Khakhkha

1 2 3 4

ਖ਼ ਖ਼ ਖ਼ ਖ਼

ਖ਼ਰਗੋਸ਼

Khargosh Rabbit

ਖ਼ ਖ਼ ਖ਼ ਖ਼ ਖ਼ ਖ਼ ਖ਼ ਖ਼ ਖ਼ ਖ਼

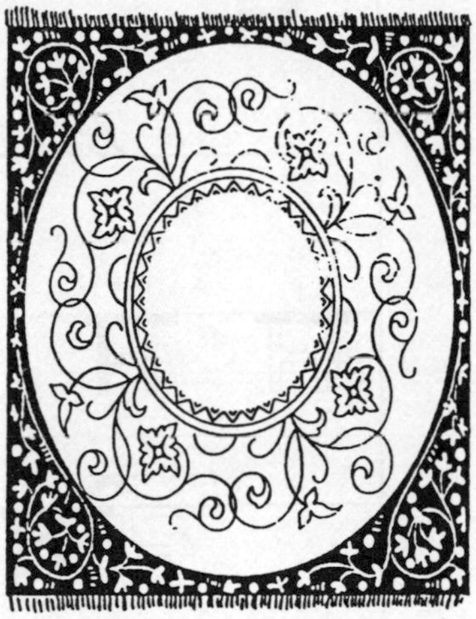

ਗ਼ ਗ਼ੱਗ਼ਾ

Ghagha

1 2 3 4

ਗ਼ ਗ਼ ਗ਼ ਗ਼

ਗ਼ਲੀਚਾ

Ghaleecha Rug

ਗ਼ ਗ਼ ਗ਼ ਗ਼ ਗ਼ ਗ਼ ਗ਼ ਗ਼ ਗ਼ ਗ਼

ਜ਼ ਜ਼ੱਜ਼ਾ

Zazza

1 2 3 4

ਜ਼ ਜ਼ ਜ਼ ਜ਼

ਜ਼ੀਬਰਾ

Zebra

ਜ਼ ਜ਼ ਜ਼ ਜ਼ ਜ਼ ਜ਼ ਜ਼ ਜ਼ ਜ਼ ਜ਼

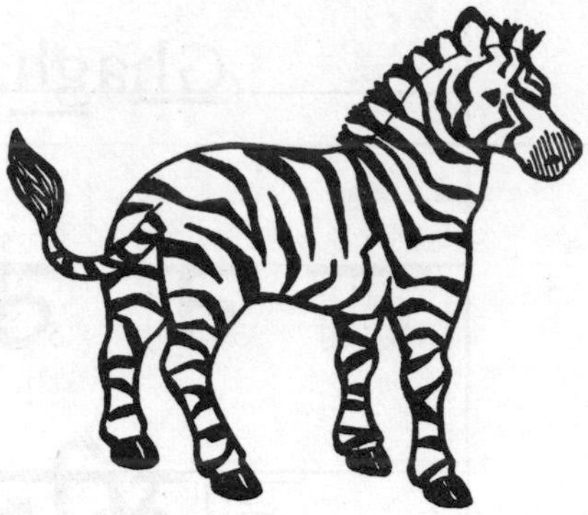

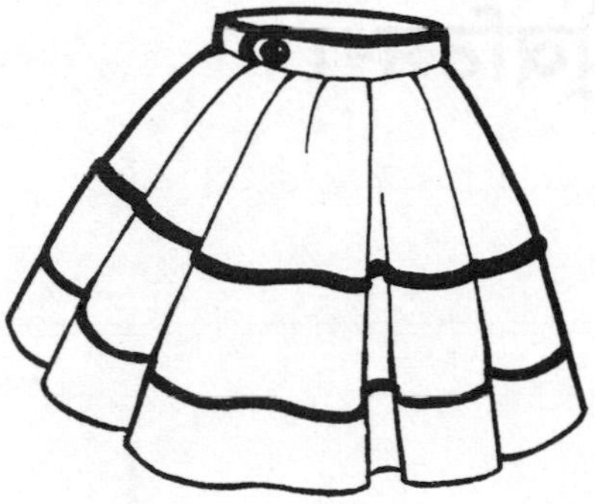

ਫ਼ ਫ਼ੱਫ਼ਾ

Faffa

1 ਫ਼ 2 ਫ਼ 3 ਫ਼ 4 ਫ਼

ਫ਼ਰਾਕ

Frock Dress

ਫ਼ ਫ਼ ਫ਼ ਫ਼ ਫ਼ ਫ਼ ਫ਼ ਫ਼ ਫ਼ ਫ਼

ਪੈਂਤੀ ਅੱਖਰੀ ਪ੍ਰੈਕਟਿਸ-1

Write in the missing letter :

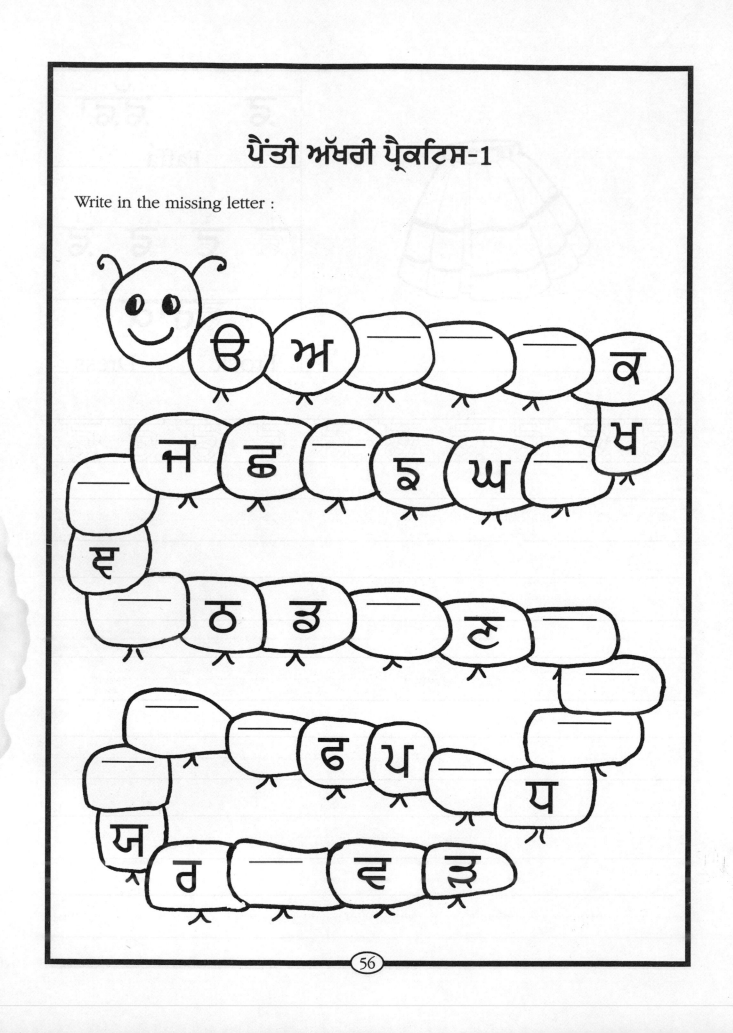

ਪੈਂਤੀ ਅੱਖਰੀ ਪ੍ਰੈਕਟਿਸ-2

Trace the letters.
Write each letter in the parachutes

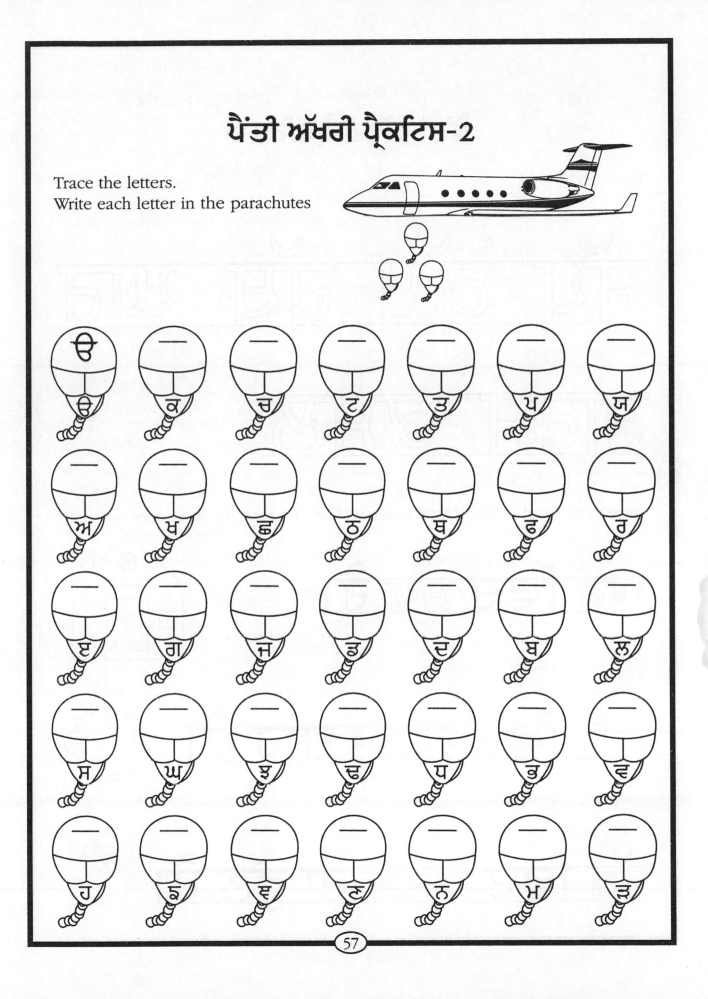

ਪੈਂਤੀ ਅੱਖਰੀ ਪ੍ਰੈਕਟਿਸ-3

Trace each word.

ਸੱਪ ਕੱਪ ਹੱਥ ਘਰ

ਗਰਮ ਕਮਲ਼

Trace each word in the sentence below. Can you read the sentences ?

ਘਰ ਵਿਚ ਸੱਪ ਹੈ।

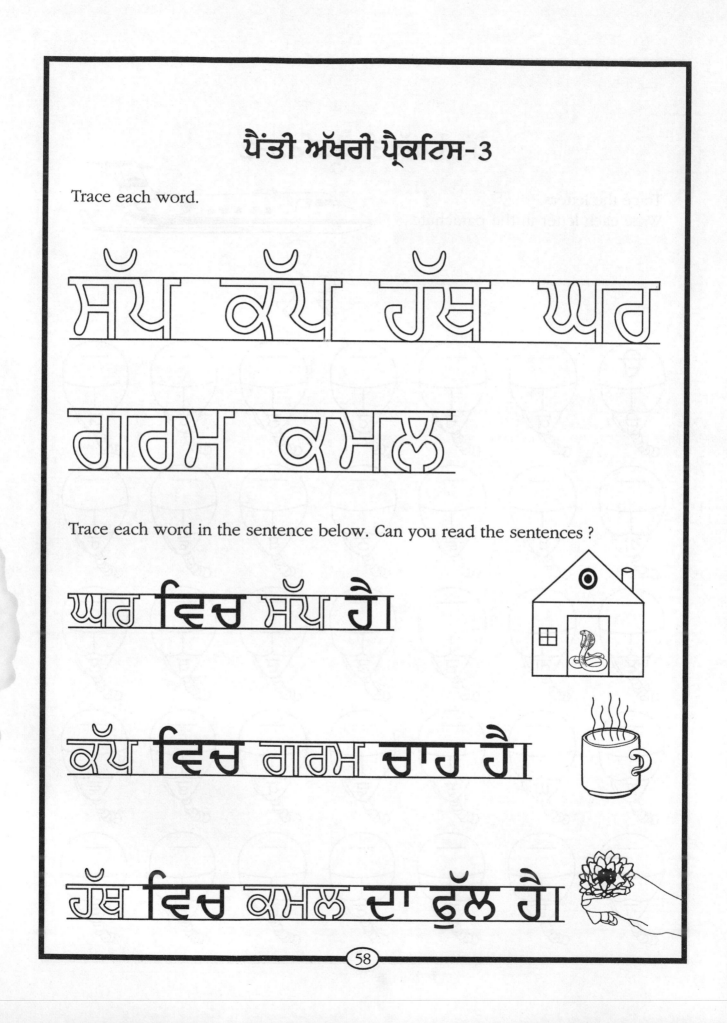

ਕੱਪ ਵਿਚ ਗਰਮ ਚਾਹ ਹੈ।

ਹੱਥ ਵਿਚ ਕਮਲ਼ ਦਾ ਫੁੱਲ ਹੈ।

ਪੈਂਤੀ ਅੱਖਰੀ ਪ੍ਰੈਕਟਿਸ-4

Name each picture. Think about the beginning sound. Write the letter that starts each word. The first one is done for you.

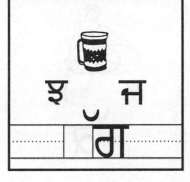

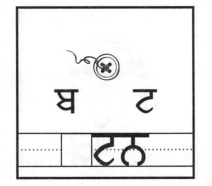

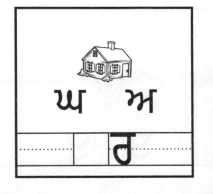

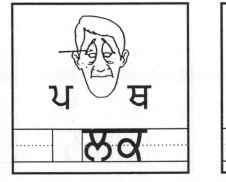

ਫ ਪ

ਪੱਗ

ਝ ਜ

ੱਗ

ਚ ਅ

ੱਗ

ਮ ਸ

ਟਰ

ਮ ਲ

ੱਤ

ਬ ਟ

ਟਨ

ਪ ਥ

ਲਕ

ਦ ਢ

ਰਖ਼ਤ

ਘ ਅ

ਰ

ਪੈਂਤੀ ਅੱਖਰੀ ਪ੍ਰੈਕਟਿਸ-5

Name each picture. Write the missing letter. The first one is done for you.

ਨ ਕ

ਨੱਕ

ਲ ਮ

ੱਕ

ਖ ਠ

ਅੱ

ਰ ਹ

ਟ ੱਕ

ੲ ਹ

ੱਥ

ਜ਼ ਕ

ਸੜ

ਨ ਲ

ਬ ਬ

ਸ ਗ

ਰਦਨ

ਚ ਛ

ਰਨ

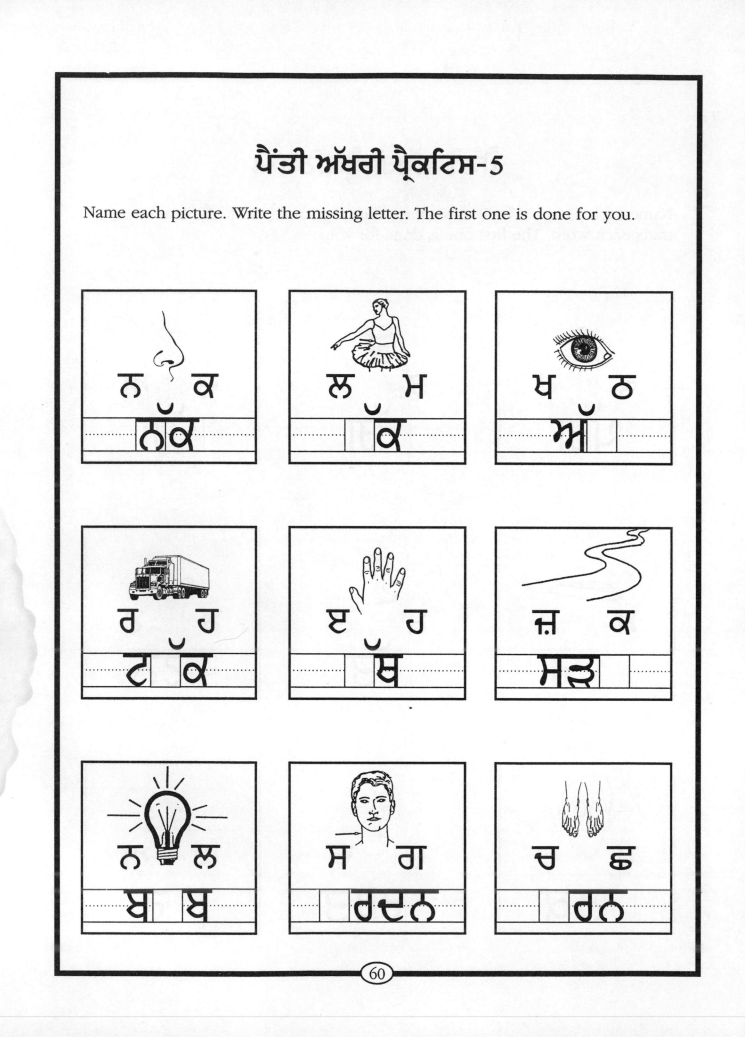

ਪੈਂਤੀ ਅੱਖਰੀ ਪ੍ਰੈਕਟਿਸ-6

Name each picture. Think about the beginning sound.
Write the letter that starts each word.

ਕ ਭ

...... ਮਲ

ਜ ਮ

ਕਲ ......

ਫ ਡ

...... ਲ

ਬ ਲ

ਬ ਦ

ਟ ਬ

...... ਤਖ਼

ਛ ਚ

ਮਗਰਮ

ਗ ਸ

ਸ਼ਲ ਮ

ਰ ਤ

ਖ਼ ......

ਫ਼ ਸ਼

...... ਫ਼ਰ

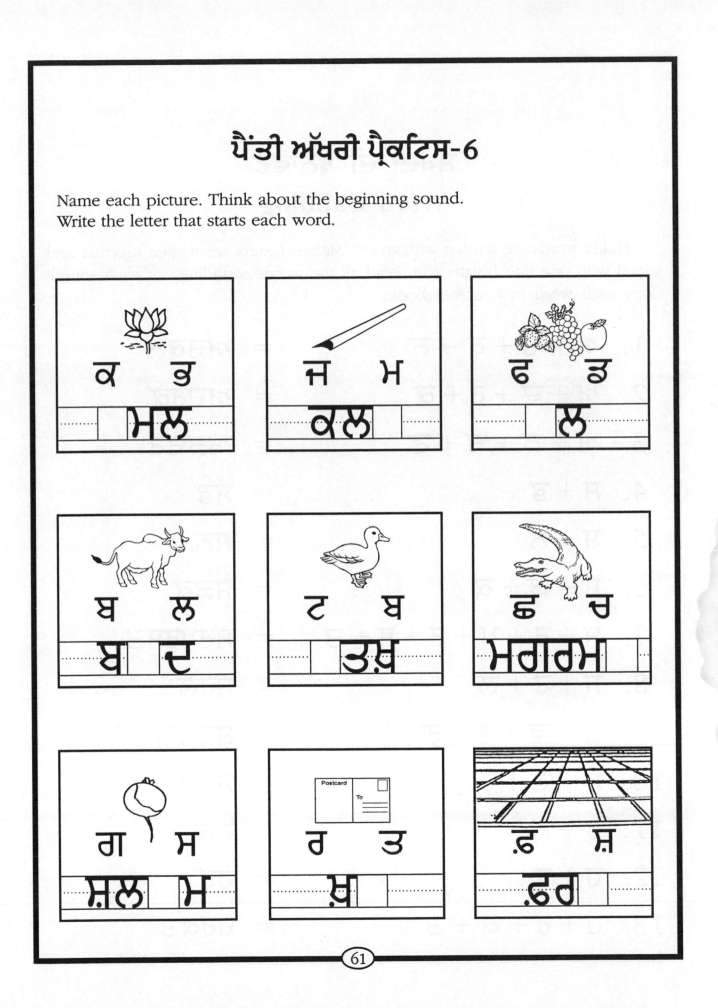

ਸ਼ਬਦਾਂ ਦੀ ਬਨਾਵਟ

Word Building

Mukta words are written without any Matras. Letters are written together and joined with one line on the top. Read all the words sounding out each sound. Copy each word in your notebook.

1. ਅ + ਚ + ਕ + ਨ = ਅਚਕਨ
2. ਅ + ਦ + ਰ + ਕ = ਅਦਰਕ
3. ਅ + ੜ + ਚ + ਣ = ਅੜਚਣ
4. ਸ + ਭ = ਸਭ
5. ਸ + ਨ = ਸਨ
6. ਸ + ੜ + ਕ = ਸੜਕ
7. ਸ + ਰ + ਪ + ਰ + ਸ + ਤ = ਸਰਪਰਸਤ
8. ਸ + ਰ + ਲ = ਸਰਲ
9. ਸ + ਵ + ਰ + ਗ = ਸਵਰਗ
10. ਸ + ਫ਼ + ਰ = ਸਫ਼ਰ
11. ਹ + ਨ = ਹਨ
12. ਹ + ਰ = ਹਰ
13. ਹ + ਰ + ਕ + ਤ = ਹਰਕਤ

14. ਹ + ਰ + ਦ + ਮ = ਹਰਦਮ

15. ਹ + ਲ = ਹਲ

16. ਹ + ਲ + ਚ + ਲ = ਹਲਚਲ

17. ਕ + ਸ + ਰ + ਤ = ਕਸਰਤ

18. ਕ + ਦ + ਮ = ਕਦਮ

19. ਕ + ਣ + ਕ = ਕਣਕ

20. ਕ + ਮ + ਰ = ਕਮਰ

21. ਕ + ਮ + ਲ = ਕਮਲ

22. ਕ + ਰ + ਮ = ਕਰਮ

23. ਕ + ਲ + ਮ = ਕਲਮ

24. ਗ + ਜ = ਗਜ

25. ਗ + ਦ + ਗ + ਦ = ਗਦਗਦ

26. ਗ਼ + ਮ = ਗ਼ਮ

27. ਗ + ਰ + ਮ = ਗਰਮ

28. ਗ + ਰ + ਦ + ਨ = ਗਰਦਨ

29. ਗ + ਲ + ਗ + ਲ = ਗਲਗਲ

30. ਗ + ੜ + ਬ + ੜ = ਗੜਬੜ

31. ਘ + ਰ = ਘਰ

32.	ਚ + ਰ + ਨ	=	ਚਰਨ
33.	ਚ + ਲ	=	ਚਲ
34.	ਛ + ਕ	=	ਛਕ
35.	ਛ + ਲ	=	ਛਲ
36.	ਜ + ਗ + ਤ	=	ਜਗਤ
37.	ਜ + ਗ + ਮ + ਗ	=	ਜਗਮਗ
38.	ਜ + ਤ + ਨ	=	ਜਤਨ
39.	ਜ + ਪ	=	ਜਪ
40.	ਜ + ਲ	=	ਜਲ
41.	ਟ + ਹ + ਲ	=	ਟਹਲ
42.	ਠ + ਕ + ਠ + ਕ	=	ਠਕਠਕ
43.	ਡ + ਗ + ਮ + ਗ	=	ਡਗਮਗ
44.	ਡ + ਰ	=	ਡਰ
45.	ਡ + ਲ + ਕ	=	ਡਲਕ
46.	ਤ + ਖ਼ + ਤ	=	ਤਖ਼ਤ
47.	ਤ + ਨ	=	ਤਨ
48.	ਤ + ਪ + ਸ਼	=	ਤਪਸ਼
49.	ਤ + ਰ	=	ਤਰ

50. ਤ + ਰ + ਲ = ਤਰਲ

51. ਥ + ਣ = ਥਣ

52. ਥ + ਲ = ਥਲ

53. ਦ + ਮ = ਦਮ

54. ਦ + ਰ + ਖ਼ + ਤ = ਦਰਖ਼ਤ

55. ਦ + ਰ + ਦ = ਦਰਦ

56. ਦ + ਲ + ਦ + ਲ = ਦਲਦਲ

57. ਧ + ਨ = ਧਨ

58. ਧ + ਰ + ਮ = ਧਰਮ

59. ਨ + ਕ + ਲ = ਨਕਲ

60. ਨ + ਗ = ਨਗ

61. ਨ + ਬ + ਜ਼ = ਨਬਜ਼

62. ਨ + ਰ + ਮ = ਨਰਮ

63. ਨ + ਲ = ਨਲ

64. ਨ + ਵ + ਰ + ਤ + ਨ = ਨਵਰਤਨ

65. ਪ + ਗ = ਪਗ

66. ਪ + ਬ = ਪਬ

67. ਪ + ਰ + ਗ + ਟ = ਪਰਗਟ

68. ਪ + ਰ + ਬ + ਤ	= ਪਰਬਤ
69. ਪ + ਲ	= ਪਲ
70. ਪ + ਲ + ਕ	= ਪਲਕ
71. ਫ਼ + ਸ + ਲ	= ਫ਼ਸਲ
72. ਫ + ਲ	= ਫਲ
73. ਬ + ਸ + ਤ + ਰ	= ਬਸਤਰ
74. ਬ + ਚ + ਪ + ਨ	= ਬਚਪਨ
75. ਬ + ਟ + ਨ	= ਬਟਨ
76. ਬ + ਣ	= ਬਣ
77. ਬ + ਣ + ਤ + ਰ	= ਬਣਤਰ
78. ਬ + ਤ + ਖ਼	= ਬਤਖ਼
79. ਬ + ਦ + ਚ + ਲ + ਨ	= ਬਦਚਲਨ
80. ਬ + ਦ + ਨ	= ਬਦਨ
81. ਬ + ਨ	= ਬਨ
82. ਬ + ਰ + ਕ + ਤ	= ਬਰਕਤ
83. ਬ + ਰ + ਤ + ਨ	= ਬਰਤਨ
84. ਬ + ਰ + ਫ਼	= ਬਰਫ਼
85. ਬ + ਲ + ਦ	= ਬਲਦ

86.	ਬ + ੜ + ਬ + ੜ	= ਬੜਬੜ
87.	ਭ + ਗ + ਤ	= ਭਗਤ
88.	ਭ + ਰ	= ਭਰ
89.	ਮ + ਸ + ਤ	= ਮਸਤ
90.	ਮ + ਸ + ਤ + ਕ	= ਮਸਤਕ
91.	ਮ + ਹ + ਕ	= ਮਹਕ
92.	ਮ + ਗ + ਜ਼	= ਮਗਜ਼
93.	ਮ + ਗ + ਨ	= ਮਗਨ
94.	ਮ + ਗ + ਰ + ਮ + ਛ	= ਮਗਰਮਛ
95.	ਮ + ਟ + ਰ	= ਮਟਰ
96.	ਮ + ਤ + ਲ + ਬ	= ਮਤਲਬ
97.	ਮ + ਦ + ਦ	= ਮਦਦ
98.	ਮ + ਨ	= ਮਨ
99.	ਮ + ਲ + ਮ + ਲ	= ਮਲਮਲ
100.	ਮ + ਫ਼ + ਲ + ਰ	= ਮਫ਼ਲਰ
101.	ਯ + ਤ + ਨ	= ਯਤਨ
102.	ਲ + ਸ + ਣ	= ਲਸਣ
103.	ਲ + ਗ + ਭ + ਗ	= ਲਗਭਗ

104.	ਲ + ਗ + ਨ	= ਲਗਨ
105.	ਵ + ਸ + ਤ	= ਵਸਤ
106.	ਵ + ਕ + ਤ	= ਵਕਤ
107.	ਵ + ਖ਼ + ਤ	= ਵਖ਼ਤ
108.	ਵ + ਣ + ਜ	= ਵਣਜ
109.	ਵ + ਤ + ਨ	= ਵਤਨ
110.	ਵ + ਰ + ਣ + ਨ	= ਵਰਣਨ
111.	ਵ + ਲ + ਛ + ਲ	= ਵਲਛਲ
112.	ਸ਼ + ਰ + ਮ	= ਸ਼ਰਮ
113.	ਸ਼ + ਲ + ਗ + ਮ	= ਸ਼ਲਗਮ
114.	ਸ਼ + ਰ + ਬ + ਤ	= ਸ਼ਰਬਤ
115.	ਖ਼ + ਤ	= ਖ਼ਤ
116.	ਖ਼ + ਬ + ਰ	= ਖ਼ਬਰ
117.	ਜ਼ + ਬ + ਰ + ਦ + ਸ + ਤ	= ਜ਼ਬਰਦਸਤ
118.	ਫ਼ + ਰ + ਕ	= ਫ਼ਰਕ
119.	ਫ਼ + ਰ + ਜ਼	= ਫ਼ਰਜ਼
120.	ਫ਼ + ਰ + ਸ਼	= ਫ਼ਰਸ਼

ਸੁਲੇਖ—ਹੇਠ ਲਿਖੇ ਸ਼ਬਦ ਲਕੀਰ 'ਤੇ ਲਿਖੋ

ਅ + ਚ + ਕ + ਨ   =   _____

ਅ + ਦ + ਰ + ਕ   =   _____

ਅ + ੜ + ਚ + ਣ   =   _____

ਸ + ੜ + ਕ   =   _____

ਸ + ਰ + ਲ   =   _____

ਹ + ਰ + ਕ + ਤ   =   _____

ਸੁਲੇਖ—ਹੇਠ ਲਿਖੇ ਸ਼ਬਦ ਲਕੀਰ 'ਤੇ ਲਿਖੋ

ਹ + ਰ + ਦ + ਮ = ____________________

ਹ + ਲ = ____________________

ਹ + ਲ + ਚ + ਲ = ____________________

ਕ + ਸ + ਰ + ਤ = ____________________

ਕ + ਣ + ਕ = ____________________

ਕ + ਮ + ਲ = ____________________

ਕ + ਲ + ਮ = ____________________

ਸੁਲੇਖ—ਹੇਠ ਲਿਖੇ ਸ਼ਬਦ ਲਕੀਰ 'ਤੇ ਲਿਖੋ

ਗ + ਰ + ਮ = _____

ਗ + ਲ + ਗ + ਲ = _____

ਗ + ੜ + ਬ + ੜ = _____

ਘ + ਰ = _____

ਚ + ਲ = _____

ਛ + ਲ = _____

ਸੁਲੇਖ—ਹੇਠ ਲਿਖੇ ਸ਼ਬਦ ਲਕੀਰ 'ਤੇ ਲਿਖੋ

ਜ + ਗ + ਤ   =   _____

ਜ + ਤ + ਨ   =   _____

ਜ + ਲ   =   _____

ਡ + ਰ   =   _____

ਤ + ਖ਼ + ਤ   =   _____

ਤ + ਰ   =   _____

ਸੁਲੇਖ—ਹੇਠ ਲਿਖੇ ਸ਼ਬਦ ਲਕੀਰ 'ਤੇ ਲਿਖੋ

ਥ + ਲ = ______________

ਦ + ਰ + ਖ਼ + ਤ = ______________

ਦ + ਰ + ਦ = ______________

ਦ + ਲ + ਦ + ਲ = ______________

ਧ + ਰ + ਮ = ______________

ਨ + ਕ + ਲ = ______________

ਸੁਲੇਖ—ਹੇਠ ਲਿਖੇ ਸ਼ਬਦ ਲਕੀਰ 'ਤੇ ਲਿਖੋ

ਨ + ਰ + ਮ   = _____

ਨ + ਲ   = _____

ਪ + ਬ   = _____

ਪ + ਰ + ਗ + ਟ   = _____

ਪ + ਰ + ਬ + ਤ   = _____

ਪ + ਲ + ਕ   = _____

ਸੁਲੇਖ—ਹੇਠ ਲਿਖੇ ਸ਼ਬਦ ਲਕੀਰ 'ਤੇ ਲਿਖੋ

ਫ਼ + ਰ + ਜ਼   =   _____

ਫ + ਲ   =   _____

ਬ + ਸ + ਤ + ਰ   =   _____

ਬ + ਚ + ਪ + ਨ   =   _____

ਬ + ਟ + ਨ   =   _____

ਬ + ਤ + ਖ਼   =   _____

ਸੁਲੇਖ—ਹੇਠ ਲਿਖੇ ਸ਼ਬਦ ਲਕੀਰ 'ਤੇ ਲਿਖੋ

ਬ + ਰ + ਤ + ਨ = ____________

ਬ + ਰ + ਫ਼ = ____________

ਮ + ਸ + ਤ = ____________

ਮ + ਗ + ਰ + ਮ + ਛ = ____________

ਮ + ਟ + ਰ = ____________

ਮ + ਤ + ਲ + ਬ = ____________

ਸੁਲੇਖ—ਹੇਠ ਲਿਖੇ ਸ਼ਬਦ ਲਕੀਰ 'ਤੇ ਲਿਖੋ

ਮ + ਨ   = _____

ਮ + ਫ਼ + ਲ + ਰ   = _____

ਯ + ਤ + ਨ   = _____

ਵ + ਕ + ਤ   = _____

ਸ਼ + ਲ + ਗ + ਮ   = _____

ਫ਼ + ਰ + ਸ਼   = _____

ਸ਼ਬਦਾਂ ਦੀ ਬਨਾਵਟ

Fill in the blanks.
Write the correct word under each picture.

	ਬਾਂ	
ਜੰ		ਰਾ
	ਰ	

	ਹਿ	
ਸੂ		ਜ
	ਨ	

	ਉਂ	
ਇ		ਲੂ
	ਲ	

ਸ਼ਬਦਾਂ ਦੀ ਬਨਾਵਟ

Fill in the blanks.
Write the correct word under each picture.

			ਟੈ
ਛਿ	ਪ	ਕ	
			ਫੋ
			ਨ

	ਕੁੱ	
ਟੈ		ਸੀ
	ੜ	

	ਇ		
ਟ		ਟ	ਰ
	ਰ		
	ਤ		

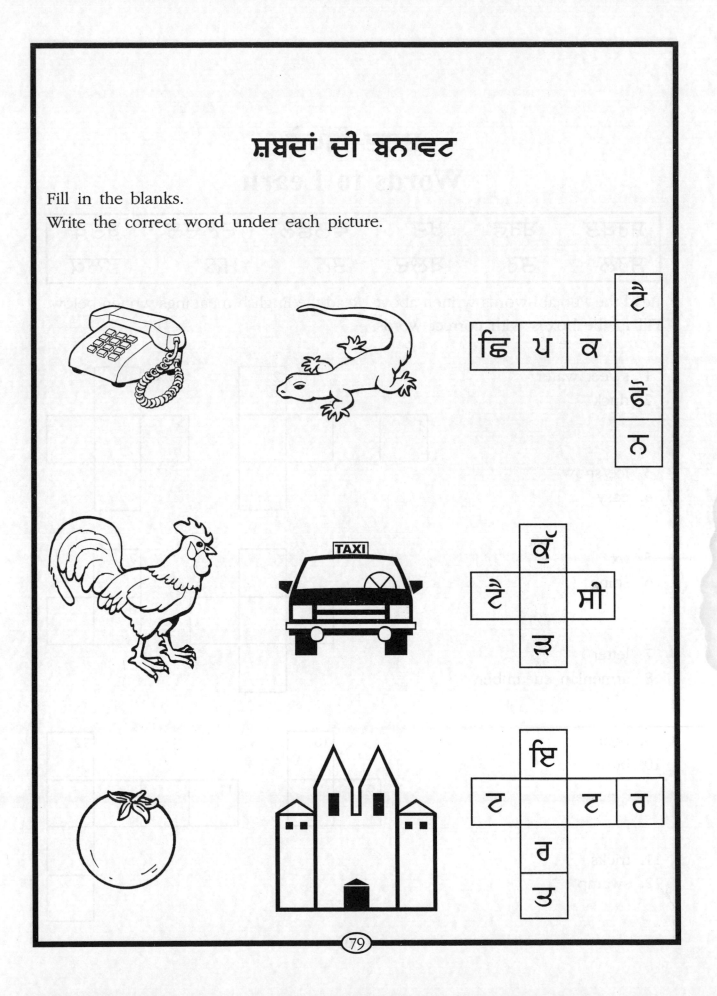

ਸ਼ਬਦ ਸਿੱਖਣੇ
Words to Learn

ਸ਼ਰਬਤ	ਬਰਫ਼	ਖ਼ਤ	ਵਲਛਲ	ਦਲਦਲ	ਬਤਖ਼
ਸਰਲ	ਤਰ	ਬਲਦ	ਤਨ	ਮਨ	ਡਲਕ

Read the Punjabi words written above. Read the English meanings written below. Fill in the boxes with correct words.

1. sweet water
2. duck
3. ice/snow
4. easy

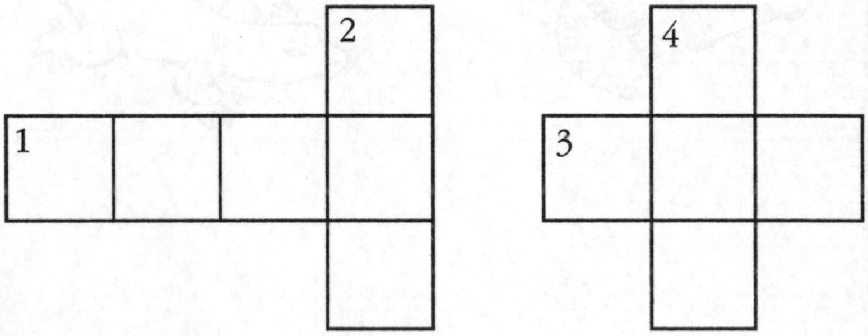

5. ox
6. shine
7. letter
8. armenian cucumber

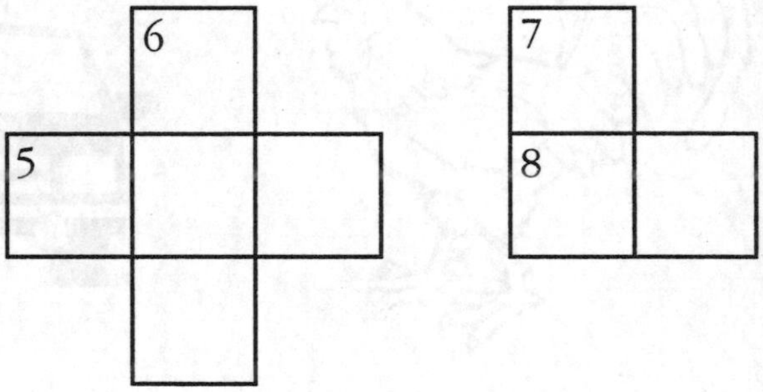

9. heart
10. body
11. tricks
12. swamp

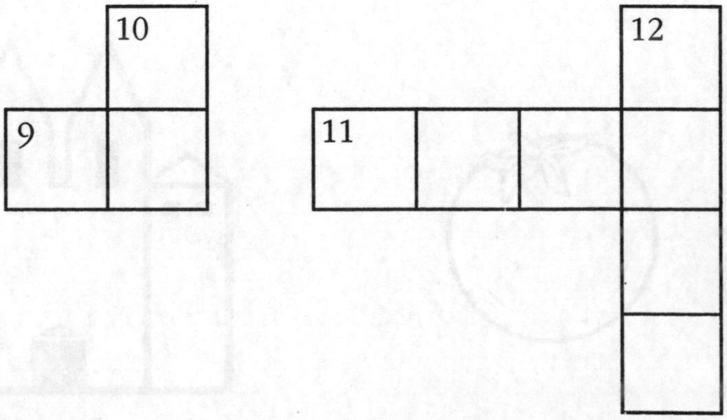

ਸ਼ਬਦ ਸਿੱਖਣੇ
Words to Learn

ਅਚਕਨ	ਹਰਕਤ	ਗਰਮ	ਸ਼ਰਮ	ਜਤਨ	ਯਤਨ
ਵਕਤ	ਨਕਲ	ਦਰਦ	ਤਰਲ	ਮਗਜ਼	ਜਗਤ

Read the Punjabi words written above. Read the English meanings written below. Fill in the boxes with correct words.

1. a special type of jacket suit
2. movement/action

3. hot
4. shyness

5. time
6. copy

7. liquid
8. pain

9. effort
10. effort

11. world
12. melon seeds

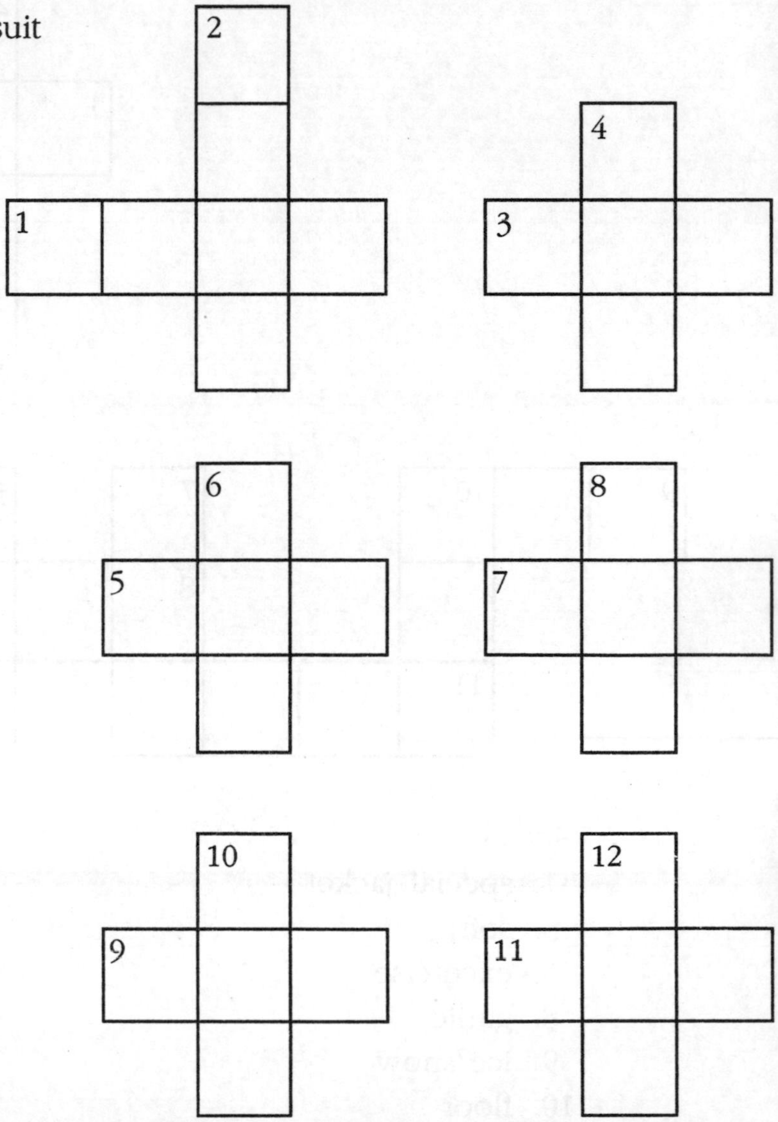

81

ਸ਼ਬਦ ਸਿੱਖਣੇ
Words to Learn

ਫ਼ਰਸ਼	ਬਰਫ਼	ਕਲਮ	ਮਟਰ	ਨਰਮ	ਕਣਕ
ਅਚਕਨ	ਬਚਪਨ	ਕਸਰਤ	ਸ਼ਲਗਮ	ਲਸਣ	

In the Crossword Puzzle below, write the vocabulary words listed above. Use the clues at the bottom of the page.

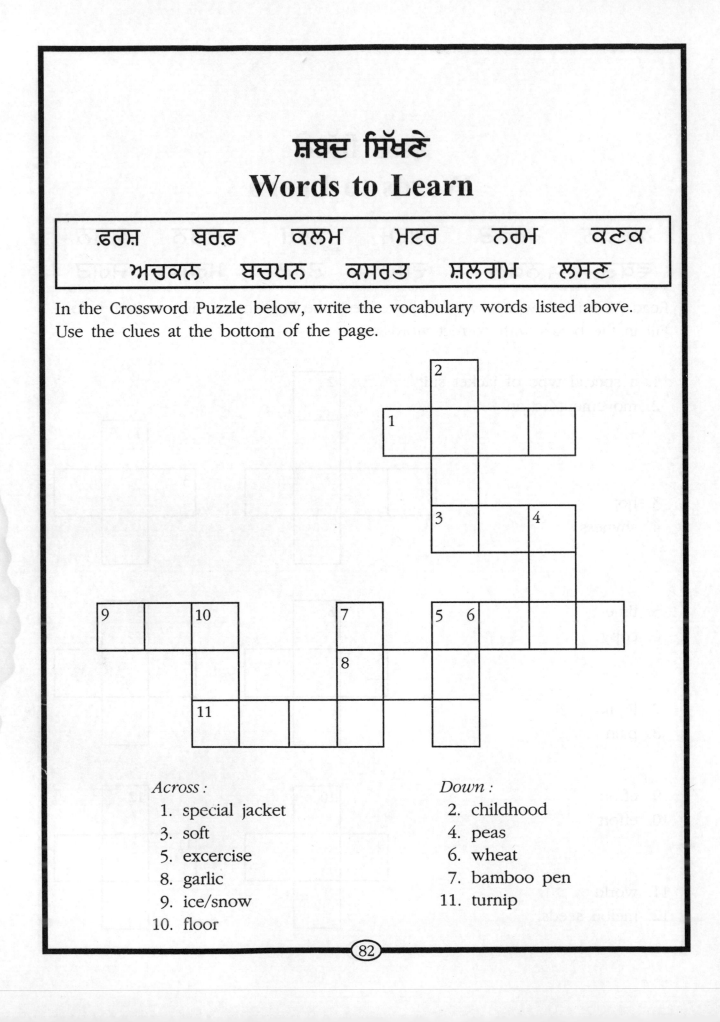

Across :
1. special jacket
3. soft
5. excercise
8. garlic
9. ice/snow
10. floor

Down :
2. childhood
4. peas
6. wheat
7. bamboo pen
11. turnip

ਸ਼ਬਦ ਸਿੱਖਣੇ
Words to Learn

ਵਸਤ	ਤਖ਼ਤ	ਤਰਲ	ਭਰਮ	ਧਰਮ	ਪਲਕ
ਪਰਬਤ	ਅਦਰਕ	ਦਰਖ਼ਤ	ਲਗਭਗ		

In the Crossword Puzzle below, write the vocabulary words listed above. Use the clues at the bottom of the page.

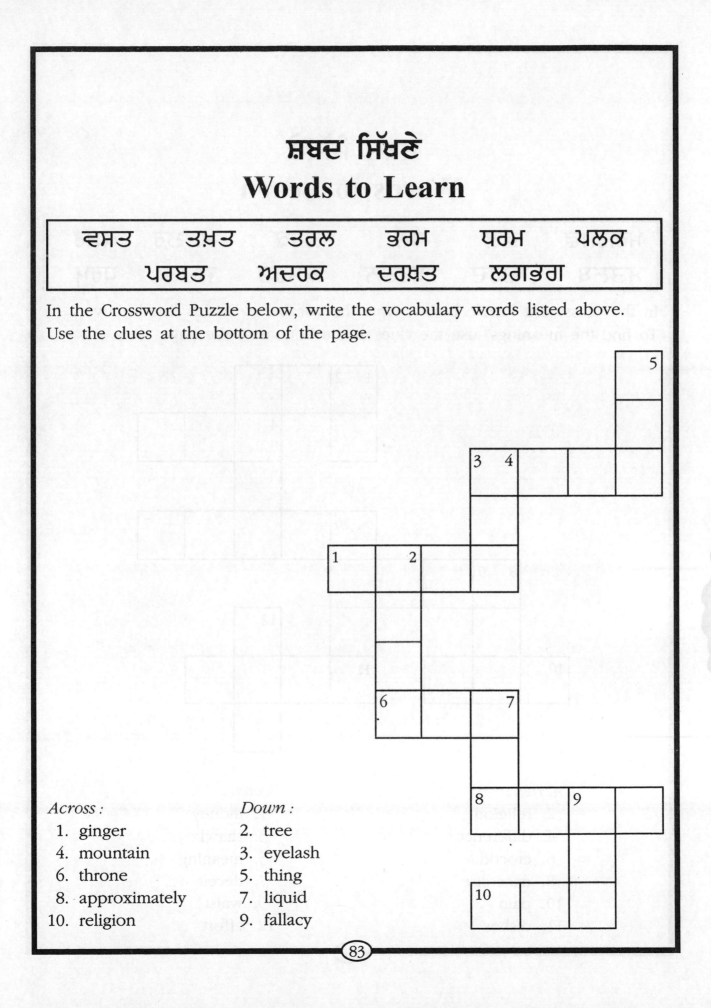

Across :
1. ginger
4. mountain
6. throne
8. approximately
10. religion

Down :
2. tree
3. eyelash
5. thing
7. liquid
9. fallacy

83

ਸ਼ਬਦ ਸਿੱਖਣੇ
Words to Learn

ਮਗਰਮਛ	ਛਲ	ਧਨ	ਫ਼ਰਕ	ਮਫ਼ਲਰ	ਕਮਰ
ਮਤਲਬ	ਦਰਦ	ਬਰਤਨ	ਕਸਰਤ	ਜਤਨ	ਧਰਮ

In the Crossword Puzzle below, write the vocabulary words listed above. To find the meanings, use the clues at the bottom of the page.

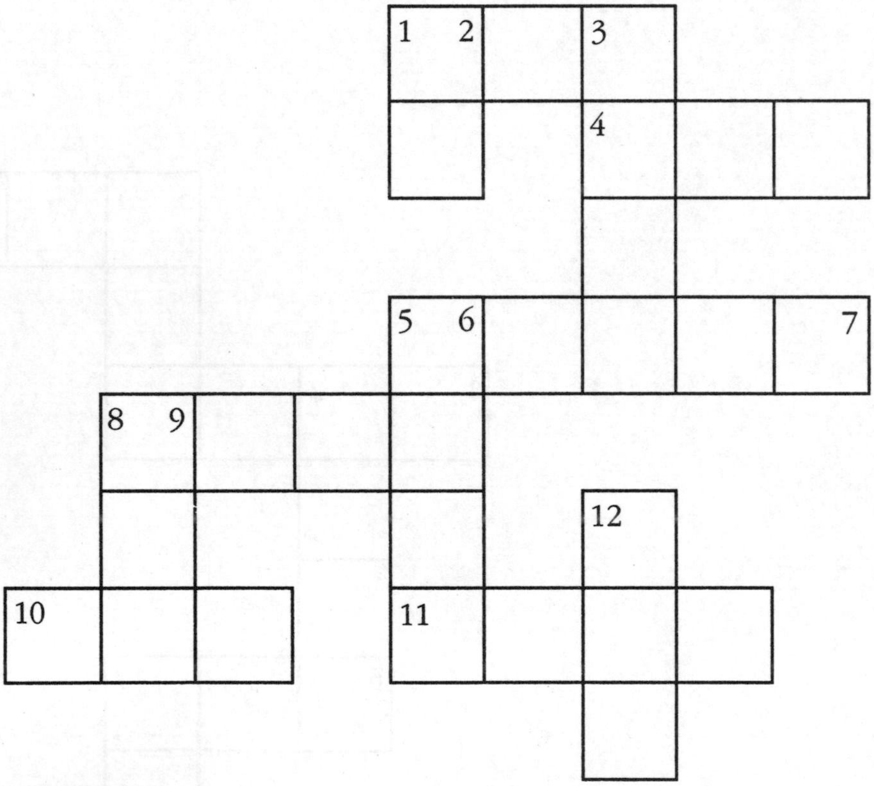

Across :
2. religion
4. difference
6. crocodile
8. excercise
10. pain
11. dishes

Down :
1. money
3. shawl
5. meaning
7. deceit
9. waist
12. effort

ਸ਼ਬਦ ਸਿੱਖਣੇ

Words to Learn

ਸੜਕ	ਬਟਨ	ਬਤਖ਼	ਜਗਤ	ਗਜ	ਸਰਲ
ਅੜਚਣ	ਵਡਪਣ	ਵਰਨਣ	ਸਵਰਗ	ਵਲਛਲ	

In the Crossword Puzzle below, write the vocabulary words listed above. Use the clues at the bottom of the page.

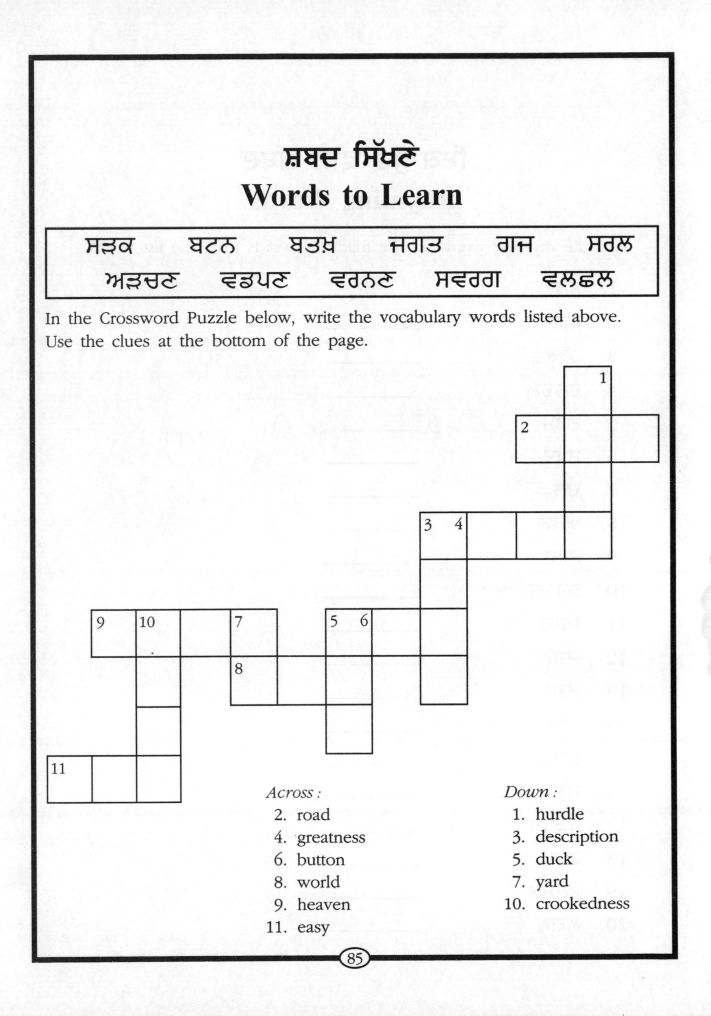

Across :

2. road
4. greatness
6. button
8. world
9. heaven
11. easy

Down :

1. hurdle
3. description
5. duck
7. yard
10. crookedness

ਇਕ-ਸੁਰ ਵਾਲੇ ਸ਼ਬਦ
Rhyming Words

Find the rhyming words for the following words from the list words.

1.	ਮਨ	ਤਨ
2.	ਸਰਲ	_____
3.	ਹਰਕਤ	_____
4.	ਹਲਚਲ	_____
5.	ਗਰਮ	_____
6.	ਸਖ਼ਤ	_____
7.	ਚਲ	_____
8.	ਅਕਲ	_____
9.	ਸਰਦ	_____
10.	ਡਗਮਗ	_____
11.	ਜਲਦ	_____
12.	ਜਤਨ	_____
13.	ਮਰਦ	_____
14.	ਸ਼ਰਨ	_____
15.	ਡਲਕ	_____
16.	ਜਲ	_____
17.	ਬੜਬੜ	_____
18.	ਹਰਜ	_____
19.	ਮਲਮਲ	_____
20.	ਲਗਨ	_____

ਮੁਕਤਾ ਸ਼ਬਦ ਸ਼ਬਦਾਵਲੀ

There are many Mukta words in Punjabi that are used in everyday conversation. Read all the words and learn their meanings.

Punjabi Word	Pronunciation	Meaning
1. ਅਚਕਨ	achkan	special type of jacket suit
2. ਅਦਰਕ	aḍrak	ginger
3. ਅੜਚਣ	aṛchaṇ	hurdle
4. ਸਭ	sabh	all
5. ਸਨ	san	were
6. ਸੜਕ	saṛak	road
7. ਸਰਪਰਸਤ	sarprasṭ	person incharge
8. ਸਰਲ	saral	easy
9. ਸਵਰਗ	swarg	heaven
10. ਸਫ਼ਰ	safar	travel
11. ਹਨ	han	are
12. ਹਰ	har	every
13. ਹਰਕਤ	harkaṭ	action
14. ਹਰਦਮ	harḍam	all the time
15. ਹਲ	hal	plough
16. ਹਲਚਲ	halchal	commotion
17. ਕਸਰਤ	kasraṭ	excercise
18. ਕਦਮ	kaḍam	step
19. ਕਣਕ	kaṇak	wheat
20. ਕਮਰ	kamar	waist

Punjabi Word	Pronunciation	Meaning
21. ਕਮਲ	kamal	lotus
22. ਕਰਮ	karam	actions
23. ਕਲਮ	kalam	bamboo pen
24. ਗਜ਼	gaz	yard
25. ਗਦਗਦ	gaḍgaḍ	very happy
26. ਗ਼ਮ	gham	worry
27. ਗਰਮ	garam	hot
28. ਗਰਦਨ	garḍan	neck
29. ਗਲਗਲ	galgal	a sour citrus fruit
30. ਗੜਬੜ	gaṛbaṛ	wrong
31. ਘਰ	ghar	house
32. ਚਰਨ	charan	feet
33. ਚਲ	chal	go
34. ਛਕ	chhak	eat
35. ਛਲ	chhal	deceit
36. ਜਗਤ	jagaṭ	world
37. ਜਗਮਗ	jagmag	shimmer
38. ਜਤਨ	jaṭan	effort
39. ਜਪ	jap	remember
40. ਜਲ	jal	water
41. ਟਹਲ	tehal	sewa
42. ਠਕਠਕ	thak-thak	knock (noun)
43. ਡਗਮਗ	dagmag	unbalanced
44. ਡਰ	dar	fear
45. ਡਲਕ	dalak	shine

Punjabi Word	Pronunciation	Meaning
46. ਤਖ਼ਤ	ṭak̲h̲aṭ	throne
47. ਤਨ	ṭan	body
48. ਤਪਸ਼	ṭapash	heat
49. ਤਰ	ṭar	armenian cucumber
50. ਤਰਲ	ṭaral	liquid
51. ਥਣ	ṭhaṇ	teats
52. ਥਲ	ṭhal	land
53. ਦਮ	ḍam	breath
54. ਦਰਖ਼ਤ	ḍrak̲h̲aṭ	tree
55. ਦਰਦ	ḍaraḍ	pain
56. ਦਲਦਲ	ḍalḍal	swamp
57. ਧਨ	ḍhan	money
58. ਧਰਮ	ḍharam	religion
59. ਨਕਲ	nakal	copy/imitate
60. ਨਗ	nag	gem
61. ਨਬਜ਼	nabaz	pulse
62. ਨਰਮ	naram	soft
63. ਨਲ	nal	tap
64. ਨਵਰਤਨ	navraṭan	nine gemmed
65. ਪਗ	pag	step/foot
66. ਪਬ	pab	width of foot
67. ਪਰਗਟ	pargat	appear
68. ਪਰਬਤ	parbaṭ	mountain
69. ਪਲ	pal	moment
70. ਪਲਕ	palak	eyelash

Punjabi Word		*Pronunciation*	*Meaning*
71.	ਫ਼ਸਲ	fasal	crop
72.	ਫਲ	phal	fruit
73.	ਬਸਤਰ	basṭar	clothes
74.	ਬਚਪਨ	bachpan	childhood
75.	ਬਟਨ	batan	button
76.	ਬਣ	baṇ	be
77.	ਬਣਤਰ	baṇṭar	make (noun)
78.	ਬਤਖ਼	baṭa<u>kh</u>	duck
79.	ਬਦਚਲਨ	badchalan	bad character/behaviour
80.	ਬਦਨ	baḍan	body
81.	ਬਨ	ban	forest
82.	ਬਰਕਤ	barkaṭ	plentiness
83.	ਬਰਤਨ	barṭan	dishes
84.	ਬਲ	bal	force/strength
85.	ਬਲਦ	balḍ	ox
86.	ਬੜਬੜ	baṛbaṛ	mumble
87.	ਭਗਤ	bhagaṭ	sage/saint
88.	ਭਰ	bhar	fill
89.	ਮਸਤ	masṭ	deeply involved
90.	ਮਸਤਕ	masṭaq	forehead
91.	ਮਹਿਕ	maihak	fragrance
92.	ਮਗਜ਼	magaz	seeds of melon
93.	ਮਗਨ	magan	busy
94.	ਮਗਰਮਛ	magarmachh	crocodile
95.	ਮਟਰ	matar	peas

Punjabi Word	*Pronunciation*	*Meaning*
96. ਮਤਲਬ	maṭlab	meaning
97. ਮਦਦ	maḍaḍ	help
98. ਮਨ	man	heart
99. ਮਲਮਲ	malmal	muslin
100. ਮਫ਼ਲਰ	maflar	shawl
101. ਯਤਨ	yaṭan	effort
102. ਲਸਣ	lasaṇ	garlic
103. ਲਗਭਗ	lagbhag	approximately
104. ਲਗਨ	lagan	interest
105. ਵਸਤ	vasaṭ	thing
106. ਵਕਤ	vaqaṭ	time
107. ਵਖ਼ਤ	vakhaṭ	problem
108. ਵਣਜ	vaṇaj	business
109. ਵਤਨ	vaṭan	country
110. ਵਰਣਨ	varṇan	description
111. ਵਲਛਲ	valchhal	crookedness
112. ਸ਼ਰਮ	sharam	shyness
113. ਸ਼ਲਗਮ	shalgam	turnip
114. ਸ਼ਰਬਤ	sharbat	sweetened water
115. ਖ਼ਤ	khaṭ	letter
116. ਖ਼ਬਰ	khabar	news
117. ਜ਼ਬਰਦਸਤ	zabarḍasṭ	wounderful
118. ਫ਼ਰਕ	fark	difference
119. ਫ਼ਰਜ਼	farz	duty
120. ਫ਼ਰਸ਼	farsh	floor

ਸ਼ਬਦਾਂ ਦੀ ਪਛਾਣ

In the words written in each row, one word does not belong with the others. Draw a circle around that word.

1.	ਤਰ	ਅਦਰਕ	ਮਲਮਲ	ਲਸਣ
2.	ਕਮਰ	ਗਰਦਨ	ਪਲਕ	ਮਫ਼ਲਰ
3.	ਗਲਗਲ	ਮਟਰ	ਬਰਤਨ	ਮਗਜ਼
4.	ਕਣਕ	ਪਰਬਤ	ਸ਼ਲਗਮ	ਸ਼ਰਬਤ
5.	ਬਲਦ	ਬਸਤਰ	ਮਗਰਮਛ	ਬਤਖ਼
6.	ਸੜਕ	ਜਗਮਗ	ਪਰਬਤ	ਦਰਖ਼ਤ
7.	ਘਰ	ਜਗਤ	ਵਤਨ	ਡਰ
8.	ਚਰਨ	ਸ਼ਰਮ	ਮਸਤਕ	ਪਬ
9.	ਸਰਲ	ਗਰਮ	ਨਰਮ	ਭਗਤ
10.	ਬਰਤਨ	ਬਸਤਰ	ਬਟਨ	ਹਰਦਮ

ਹੋਰ ਸ਼ਬਦਾਵਲੀ
More Word Building

Mukta words are written without any Matras. Many more words can be made by just adding Addhak and Tippi, the two sound modifiers to the Mukta words. Addhak adds stress to the following letter (double consonant), and Tippi adds a partial nasal sound to the word. Read all the words sounding out each letter. Copy all the words in your notebook.

Punjabi Word	Pronunciation	Meaning
1. ਅੱਖ	akkh	eye
2. ਅੱਠ	atth	eight
3. ਅੱਧ	aḍḍh	middle
4. ਅੰਨ	aṅn	food
5. ਸੱਸ	sass	mother-in-law
6. ਸੱਚ	sacch	truth
7. ਸੱਠ	satth	sixty
8. ਸੱਤ	saṭṭ	seven
9. ਸੰਤ	saṅṭ	saint
10. ਸੱਧਰ	saḍḍhar	desire
11. ਸੱਪ	sapp	snake
12. ਹੰਸ	haṅs	swan
13. ਹੱਕ	hakk	right
14. ਹੱਡ	hadd	bones
15. ਹੱਥ	haṭṭh	hands
16. ਹੱਦ	haḍḍ	limit

Punjabi Word	*Pronunciation*	*Meaning*
17. ਕੱਚ	kacch	glass
18. ਕੰਧ	kaṅḍh	wall
19. ਕੰਮ	kamm	work
20. ਖੰਘ	khaṅgh	cough
21. ਖੱਚਰ	khacchar	mule
22. ਖੰਡ	khaṅd	sugar
23. ਖੰਭ	khambh	wings
24. ਗੰਢ	gaṅdh	knot
25. ਗੰਦ	gaṅḍ	trash
26. ਗੱਲ	gall	talk
27. ਗੰਜ	gaṅj	baldness
28. ਚੱਕਰ	chakkar	circle
29. ਚੰਨ	chaṅn	moon
30. ਚੱਪਲ	chappal	slippers
31. ਛੱਤ	chhaṭṭ	roof/ceiling
32. ਛੰਨ	chhaṅn	hut
33. ਜੱਗ	jagg	pitcher
34. ਜੰਗ	jaṅg	battle
35. ਜੱਜ	jajj	judge
36. ਜੰਞ	jaṅj	wedding procession
37. ਜੱਤ	jaṭṭ	skin
38. ਝੱਗ	jhagg	lather/foam
39. ਟੱਕਰ	takkar	collision

Punjabi Word		Pronunciation	Meaning
40.	ਟੰਗ	taṅg	leg
41.	ਟੱਬ	tabb	tub
42.	ਠੱਗ	thagg	cheater
43.	ਠੰਡ	thaṅd	cold
44.	ਡੰਗ	daṅg	sting
45.	ਡੰਗਰ	daṅgar	flock of animals
46.	ਡੰਡ	daṅd	punishment
47.	ਢੱਕਣ	dhakkaṇ	lid/cover
48.	ਢੰਗ	dhaṅg	way/method
49.	ਥੱਪੜ	ṭhappaṛ	spanky
50.	ਦਸ	das	ten
51.	ਦੰਦ	daṅḍ	teeth
52.	ਨੱਕ	nakk	nose
53.	ਨੱਚ	nacch	dance (verb)
54.	ਨੱਥ	naṭṭh	nose pin
55.	ਨੰਬਰ	number	number
56.	ਪੱਸ	puss	puss
57.	ਪੱਖ	pakkh	side
58.	ਪੱਗ	pagg	turban
59.	ਪੰਜ	paṅj	five
60.	ਪੰਥ	paṅṭh	Panth/order
61.	ਪੱਥਰ	paṭṭhar	stone/rock
62.	ਬੱਸ	bass	bus

Punjabi Word		*Pronunciation*	*Meaning*
63.	ਬੰਦ	baṅḍ	close
64.	ਬੱਦਲ	baḍḍal	clouds
65.	ਮੱਝ	majjh	buffalo
66.	ਮੱਖਣ	makkhaṇ	butter
67.	ਮੰਗ	maṅg	demand
68.	ਮੱਤ	maṭṭ	wisdom
69.	ਰੰਗ	raṅg	colour
70.	ਰਥ	raṭh	chariot
71.	ਰੱਬ	rabb	god
72.	ਲੱਕ	lakk	waist
73.	ਲੱਕੜ	lakkaṛ	wood
74.	ਲੱਖ	lakh	hundred thousand
75.	ਲੰਗ	laṅg	limp
76.	ਲੰਗਰ	laṅgar	food shared by the Sikh community
77.	ਲੱਤ	laṭṭ	leg
78.	ਵੱਖ	vakkh	different/separate
79.	ਵੰਗ	vaṅg	bangle
80.	ਵੱਟ	vatt	wrinkle
81.	ਵਡੱਪਣ	vadappaṇ	greatness
82.	ਵੱਢ	vaddh	cut/bite (verb)
83.	ਸ਼ੱਕ	shakk	doubt